РОССИЙСКИЙ ЦЕНТР НАУКИ И КУЛЬТУРЫ
CULTURAL CENTRE OF RUSSIA

31-A, Dr. G. Deshmukh Marg,
Mumbai - 400 026.
e-mail : ccr26@bom7.vsnl.net.in
ccr_mumbai@vsnl.com

Tel. (91-22) 2351 2495
(91-22) 2351 0793
Fax. (91-22) 2351 1233

प्रिय वाचक मित्रांनो!

'अंतर-पर्व' या डॉ. सुनीती देशपांडे यांनी अनुवादित केलेल्या मूळ रशियन कथासंग्रहाचं स्वागत करताना मला अतिशय आनंद होत आहे. 'मेहता पब्लिशिंग हाऊस'सारख्या दर्जेदार संस्थेकडून प्रकाशित होणारा आमचा हा तिसरा कथासंग्रह.

मक्सिम गोर्की, वसीलि शुकशिन्, वेलेंतिन रसपुतिन, यूरी याकवलेव, कन्स्तान्तिन फेजिन, चिंगीझ ऐतमातव, अलेक्सेइ तलस्तोइ, अलेक्सांद्र सोल्झेनित्सिन... या आणि अशा दिग्गज रशियन व सोव्हिएत साहित्यिकांच्या जगभर प्रसिद्धी पावलेल्या कथा आपल्याला या संग्रहात वाचायला मिळतील.

जे जग तुमच्या भेटीला येत आहे, ते आहे मानवी भावभावनांचं इंद्रधनू. इथं निसर्गाचं मनोहारी सौंदर्य आहे. गर्व आणि अभिमानाचं अतिरेकी दर्शन आहे. त्याला मिळाली आहे निःस्वार्थ त्यागाची झालर. नियतीची कल्पनातीत रूपं आहेत. एकनिष्ठता, वचनबद्धता यांचं मोल आहे. शिक्षकाला विद्यार्थ्यांविषयी वाटणारी कणव आणि कर्तव्यदक्षता आहे... वेगवेगळ्या लेखकांच्या कथांतून प्रकट झालेले हे माणसाच्या जीवनाचे विविध पैलू.

या कथांची तुम्ही वारंवार पारायणं करीत राहणार आहात, याविषयी मला जराही संदेह नाही. याचं कारण त्यातील विचारांची, भावनांची अथांगता, मूळ रशियन लेखकांनी लिहिलेल्या कथांचा प्रभाव आणि अर्थातच त्यांच्या अनुवादाचं सौंदर्य!

कथा वाचत असताना तुम्हाला नक्कीच आठवत राहील, की या कथा पूर्वी कुठंतरी वाचलेल्या आहेत. खरं आहे, या कथा मराठीतील 'महाराष्ट्र टाइम्स', 'सामना', 'साप्ताहिक सकाळ', 'धनंजय' अशा अग्रेसर वृत्तपत्रांतून व नियतकालिकांतून १९९३ ते १९९८ या काळात प्रकाशित होत राहिल्या होत्या.

तुमचा निरोप घेण्यापूर्वी या कथांच्या 'वाचनप्रवासात' मी तुम्हाला शुभेच्छा देऊ इच्छितो.

- Mr. A. M. Nazarkin,
Vice-Consul, Director,
Cultural Centre Of Russia

अभिप्राय

शीर्षक अनुवादाचे महत्त्व सांगणारे, भाषिक-प्रांतिक अंतर दूर करणारे पर्व सुरू झाल्याची जाणीव करून देणारे आहे.
थेट रशियन भाषेतून मराठीत अवतरलेल्या या कथांमध्ये रशियन लोकांच्या साध्या, मनमोकळ्या आणि मनस्वी जीवनाचे दर्शन उत्तमरीत्या घडते. जशी प्रेमाची विविध रूपे, तसेच मानवी स्वभावाचे वेगवेगळे कंगोरेही या कथांमधून पाहायला मिळतात.

लोकमत, दि. २०/२/२०१५

या रशियन कथा असल्या तरी कथेतील माणसं, त्यांचे स्वभाव आणि गुणदोष आपल्या अवतीभोवतीच्या माणसांची आठवण करून देतात, हीच या कथांची ताकद.
भौगोलिक परिमाणांनी दूर केलेल्या माणसांना या कथा अंतर-पर्वातून जवळ आणतात.

तरुण भारत, दि. १५/५/२००५

डॉ. देशपांडे यांच्या कथांचा अनुवाद भाषेचा दुरावा नाहीसा करून कथावस्तूला न्याय देतो. सर्व कथा संवादप्रधान असून, त्यामुळे त्या वेगवान झाल्या आहेत.

तरुण भारत, दि. १२/३/२००६

अंतर-पर्व

रशियन कथांचा मराठी भावानुवाद

भावानुवाद
डॉ. सुनीती अशोक देशपांडे

Presented by
The Cultural Centre of Russia, Mumbai.

मेहता पब्लिशिंग हाऊस

Please contact us at **Mehta Publishing House,** Pune 411030.
✆ +91 020-24476924 / 24460313 / Mob. No. 9545000513
Email : production@mehtapublishinghouse.com
Website : www.mehtapublishinghouse.com

- *या पुस्तकातील लेखकाची मते, घटना, वर्णने ही त्या लेखकाची असून त्याच्याशी प्रकाशक सहमत असतीलच असे नाही.*

ANTAR-PARV by Dr. Suniti Ashok Deshpande
Presented by The Cultural Centre of Russia, Mumbai.

अंतर-पर्व / अनुवादित कथासंग्रह
भावानुवाद : डॉ. सुनीती अशोक देशपांडे
Email : author@mehtapublishinghouse.com

प्रकाशक : सुनील अनिल मेहता, मेहता पब्लिशिंग हाऊस,
१९४१, सदाशिव पेठ, माडीवाले कॉलनी, पुणे ४११०३०
मुद्रक : ट्रिनिटी अ‍ॅकॅडमी फॉर कॉर्पोरेट ट्रेनिंग लिमिटेड
मुखपृष्ठ : चंद्रमोहन कुलकर्णी
प्रकाशनकाल : ऑक्टोबर, २००४ / पुनर्मुद्रण : सप्टेंबर, २०१७
किंमत : ₹ १६०
P Book ISBN 9788177665147
P Book ISBN 9789386888075
E Books available on : amazonkindle Apple Books Google Play Books

---

माझ्या परमप्रिय कोल्हापूरसाठी

कोणताही प्रवास सुरू व्हावा.
वाट दूरवरची असावी...
असू देत.
कुठं जायचं, ते ठाऊकही नसावं...
नसू देत.
पण येणारं प्रत्येक गाव, हे मात्र
माझं कोल्हापूरच असायला हवं.
माझं कोल्हापूर!
आणि जिथं सगळ्या वाटा मिटून,
लोपून जायच्या असतील,
ते अखेरचं गाव,
तेही कोल्हापूरच असायला हवं.
फक्त कोल्हापूर,
माझं कोल्हापूर!

माझं कोल्हापूर. माझं गाव. या दोन शब्दांतच खरं तर पुरी अर्पणपत्रिका सामावलेली आहे. जन्मगाव नसलं, तरी विद्याभूमी आणि अल्पावधीसाठी कर्मनगरी. माझी **'पद्माराजे'** आणि **'एम. एल. जी.'** शाळा, माझं **'गोखले कॉलेज'** आणि माझं **'शिवाजी विद्यापीठ'.** कितीही अंतरावर, कितीही दिसांसाठी गेलं तरी 'आपलं गाव' म्हणून अखेर तुझीच आठवण येते.

"जेवला का?" हा प्रश्न न विसरता, एवढ्या कळकळीनं जगाच्या पाठीवर कधीही, कुणीही विचारत नाही. पण तुझ्या कुशीत या प्रश्नानंच ओळखीची, मैत्रीची आणि नात्याचीही सुरुवात होते.

काहीशा दुर्दैवाने, काहीशा नाइलाजानं तुझा निरोप घ्यावा लागला. 'लाडकं घरही' मागं राहून गेलं. तरीही, 'माझ्या घराचा' पत्ता मात्र अजून बदललेला नाही. कारण, त्याचे नाव यजमान **सर्वश्री ए. जे. मुजुमदार** कुटुंबीय. पाहताक्षणी अगदी 'आपली आईच' वाटावी, अशा **सौ. सुमित्राताई मुजुमदार** आणि जिला आपण इतकी वर्षं हुडकत होतो, ती 'कुपीतली' बहीण **सौ. स्वाती मुजुमदार.** कठीण प्रसंगात 'भाऊ' होऊन उभे राहिलेले **श्री. प्रशांत मुजुमदार** आणि **श्री. महेश**

देशपांडे (मॅनेजर महालक्ष्मी बँक). या साऱ्यांमुळे शीव ओलांडावी लागली, तरी सय अजून ओलीच आहे.

'कधीही ये', 'केव्हाही ये', असं वास्तवापलीकडील प्रेमानं सांगणाऱ्या **सौ. मीराताई संत** आणि माझी **'सख्खी मैत्रीण' सौ. रोहिणी संत.** दोघींचीही साथ आज उरली नाही, पण त्यांचे जगावेगळ्या प्रेमाचे, अगत्याचे सारे 'संकेत' संत कुटुंबीय आजही जपून आहेत.

आपली शाळूची भाकरी, जोडीला 'नळीचा' साज. आपली **'खासबाग'** मिसळ आणि जोरदार कुस्त्यांचे विजयी आखाडे. आपली उसाची गुऱ्हाळं, माईनमुळाचं लोणचं आणि लवंगी मिरचीचा ठेचा. अहाहा! अन् अहाहा!!

एक नाही, तर **पंचगंगांच्या आशीर्वादानं** श्रीमंत झालेली तुझी माती आणि त्या मातीवर **श्री. शाहूरायांच्या पुण्यभूमीवर** स्त्रीला दिला जाणारा सन्मान- म्हणजे **चिरंतन शिवशाहीचा गौरव.** प्रत्येक मुलगी ही कल्याणच्या सुभेदाराच्या घरची नसली, तरी **मोठ्या मानाची माहेरवाशीण.**

आणि **या माहेरवाशिणीला** सतत चौदा वर्षं **तिच्या आईकडे** सुखरूप आणून पोहोचविणारी **'घाटगे-पाटील'** आणि **'कोंडुस्कर'** मंडळी...

सुप्रसिद्ध **रशियन कवी मायकोवस्की** जगप्रवासानंतर लिहून गेले-

''मला जगायला आवडलं असतं, ते .... या देशामध्ये.

पृथ्वीतलावरील अनंत आनंदाच्या खजिन्यांचा उपभोग घ्यायला आवडलं असतं, ते .... या देशामध्ये.

आणि मरणसमयी मी .... या देशात राहणं पसंत केलं असतं-

पण जर या पृथ्वीतलावर **मॉस्को** नावाची भूमी नसती तरच.''

गड्या, पाहिलं **तुझं मॉस्को**- सुंदरच आहे. अतिसुंदर. पण तू **माझं कोल्हापूर** पाहिलं नाहीस आणि तिथं तू राहिलाही नाहीस. मग तू काय पाहिलंस?

आज हे सारं मनात येत आहे, ते या **पर्वाच्या** निमित्तानं. तुझा मोठेपणा सांगण्यासाठी ग्रंथ अपुरे पडतील, पण मला ताठ मानेनं सांगण्यासाठी **'माझं कोल्हापूर'**- एवढेच शब्द पुरेसे आहेत.

शिवाय, हात उंच करून पायथ्याशी **'आई महालक्ष्मी'** उभी आहे, अन् माथ्यावर - **बाप्पा ज्योतिबा.** आशीर्वादासाठी.

ही पाहा, केवळ त्यांच्या आठवणीनंच झाली डोळ्यांवर दहिवराची दाटी...

तुमच्या कृपेनं,
चांग भलं...
देवा, चांग भलं.

— सुनीती

एक वेगळ्या रुचीची मेजवानी

डॉ. सुनीती देशपांडे ही महाराष्ट्राला अभिमान वाटावी, अशी एक वेगळ्याच क्षेत्रात वावरणारी स्त्री आहे. ही कोल्हापूरची तरुण स्त्री शिवाजी युनिव्हर्सिटीत रशियन भाषा शिकली आणि नंतर उच्च शिक्षणासाठी रशियात जाऊन तिनं पुढं इतकं प्रावीण्य मिळवलं, की तिची नेमणूक मुंबईच्या 'कल्चरल सेंटर ऑफ रशिया' येथे रशियन लँग्वेज इन्स्टिट्यूटची डायरेक्टर म्हणून करण्यात आली. तेथे डॉ. सुनीती देशपांडे रशियन भाषेतील तज्ज्ञ म्हणून वावरते. जे काम रशियन प्राध्यापक करतील, अशी अपेक्षा असते, ते काम प्रस्तुत संग्रहाच्या लेखिका, डॉ. सुनीती देशपांडे करत असतात.

डॉ. सुनीती देशपांडे या नुसत्या रशियन भाषेच्या तज्ज्ञ नाहीत, तर साहित्यप्रेमीदेखील आहेत. त्यांनी तीनशेहून अधिक रशियन कथा मराठीत अनुवादित केल्या आहेत. अशा कथांचे दोन संग्रह 'फुलांचे बोल' आणि 'कथांतर' 'मेहता पब्लिशिंग हाऊस'तर्फे नुकतेच प्रकाशित झाले आहेत आणि त्यानंतर त्यांनी उत्साहानं अनुवादित केलेल्या इतर कथांचा हा तिसरा संग्रह 'अंतर-पर्व' या नावानं त्याच प्रकाशकांतर्फे आता प्रकाशित होत आहे.

माझ्यासारख्या अनेक मराठी भाषकांना रशियन साहित्याचा परिचय इंग्रजीतून झालेला आहे आणि रशियन साहित्याची मराठीत झालेली काही भाषांतरेही इंग्रजी भाषांतरावरूनच केलेली आहेत. थेट रशियन भाषेतून भारतीय भाषांमध्ये अवतरलेले साहित्य त्या मानाने कमी आहे. त्यामुळे डॉ. सुनीती देशपांडे यांनी केलेल्या या भाषांतरास एक वेगळेच साहित्यिक मूल्य आहे, कारण ते मूळ संहितेमधून मराठी भाषेत आले आहे.

या कथासंग्रहातील कथा अलीकडे म्हणजे १९६० ते १९८० या काळात लिहिल्या गेलेल्या आहेत. या काळात स्तालिनची करडी कारकीर्द संपुष्टात आली होती आणि सोव्हिएत विचारप्रणालीच्या आणि प्रचाराच्या जोखडातून रशियन साहित्याची काही प्रमाणात मुक्तता झालेली होती. तरीदेखील माझी अशी अपेक्षा होती, की कम्युनिस्ट विचारप्रणालीचा प्रभाव या साहित्यावर असेल; पण या कथांत जाणवतो तो या प्रभावाचा जवळजवळ संपूर्ण अभाव! फार काय, पण

सोव्हिएत अर्थव्यवस्थेचेदेखील फारसे दर्शन या कथांतून घडत नाही. घडते, ते पुष्कळशा मोकळ्या, साध्या आणि लहान रशियन शहरांतील आणि गावांतील जीवनाचे दर्शन. अजूनही ते पुष्कळसं पारंपरिक आहे. जुन्या समाजव्यवस्थेचं दर्शन घडवणारं आहे. याला अपवाद आहे, तो फक्त अलेक्सांद्र सोल्झेनित्सिन यांच्या कथेचा. या कथासंग्रहातील काही कथा सोल्झेनित्सिन, माक्सिम गोर्की आणि अलेक्सेई तलस्तोई यांच्यासारख्या तुम्हा-आम्हाला नावानं परिचित अशा लेखकांच्या आहेत. काही कथा डॉ. सुनीती देशपांडे यांच्या 'कथांतर' या यापूर्वीच्या अनुवादित कथासंग्रहातील वसीली शुकशिन, वेलेंतिन कतायेव, वेलेंतिन रसपुतिन, चिंगीझ ऐतमातव, यूरी याकवलेव या लेखकांच्या आहेत आणि बाकीच्या कथा कन्स्तान्तिन फेजिन, तमास बिबिलुरी, सेरगेइ आन्तोनव या सुप्रसिद्ध, पण आजवरच्या त्यांच्या प्रकाशित कथासंग्रहांमध्ये समाविष्ट न झालेल्या लेखकांच्या आहेत. या कथाकारांपैकी बरेचसे मराठी भाषकांना अपरिचित आहेत आणि त्यामुळे डॉ. सुनीती देशपांडे यांनी मराठी वाचकांना रशियन साहित्याचा अधिक व्यापक आणि सर्वांगीण परिचय करून देण्याची बहुमोल कामगिरी बजावलेली आहे, असं म्हणावंसं वाटतं, कारण ही त्यांची कामगिरी मराठी साहित्याचं विश्व अधिक श्रीमंत, विविधतापूर्ण आणि जाणतं करणारी आहे.

रशिया हा युरोपीय देश आहे, असं आपण म्हणतो. खरं तर तो मध्य आशियापासून युरोपपर्यंत पसरलेल्या मैदानी आणि डोंगराळ भागांचा देश आहे. तो मोठमोठ्या शहरांचा देश आहे, तसंच खेडेगावं आणि लहान शहरांचा प्रदेशही आहे. तेथील सामाजिक जीवन आणि परंपरा युरोपातील जनजीवनापासून बऱ्याच वेगळ्या आहेत. रशियातील ख्रिश्चन धर्मही युरोपातील ख्रिश्चन धर्मापेक्षा बराच निराळा आणि आशियाई प्रकृतीचा आहे आणि तेथील बरेचसे लोक इस्लाम धर्माचे आहेत.

या कथांमध्ये जिप्सी माणसं आणि त्यांची कलंदर संस्कृती यांचं दर्शन घडविणाऱ्या दोन कथा आहेत. एका कथेचं शीर्षक आहे 'कळावंत'. त्यांच्या मैदानी प्रदेशातील जीवनात घोड्याला एक वेगळंच स्थान आणि महत्त्व आहे. उत्कृष्ट, जातिवंत आणि वेगानं तुफान असणाऱ्या घोड्यांची पैदास आणि जोपासना करणं, याला तिथं फार महत्त्व आहे. तेथील माणसं साधीसुधी आणि आपल्या मूळ प्रवृत्तीनुसार वागणारी आहेत. संगीताचं वेड उराशी जपणारी आहेत. एकमेकांशी नुसत्या शेजारधर्मानंच नाही, तर अधिक जिव्हाळ्याच्या कौटुंबिक जवळकीनं जोडली गेलेली आहेत. फ्रिज, टीव्ही इ. गोष्टी त्यांच्या जीवनात आलेल्या दिसत नाहीत आणि आधुनिक शहरी संस्कृतीनं त्यांच्या जीवनात गुंतागुंत निर्माण केलेली नाही. त्यांच्या साध्या, मनमोकळ्या आणि मनस्वी जीवनाचं दर्शन या कथांमधून उत्तम प्रकारे घडतं आणि मानवी संस्कृतीच्या एका वेगळ्याच स्तराचं आणि जडणघडणीचं

दर्शन त्यांच्याद्वारा मराठी माणसाला होतं. असं हे लाख मोलाचं सांस्कृतिक कार्य करण्याचं श्रेय डॉ. सुनीती देशपांडे यांना आपण द्यायलाच हवं.

पूर्वीपासून रशियन साहित्यातून माणसाचं जे दर्शन घडत आलं आहे, ते अगदी साधंसुधं, जणू त्या माणसाच्या गाभ्यालाच हात घालणारं असं असतं. रशियन लेखक अगदी सहज माणसाच्या अंतःकरणाला आपल्या लेखणीनं स्पर्श करत आहे, असं वाटतं आणि त्या लेखणीतून झरता झरता माणूस कसा कोण जाणे, अतिशय सोपा होत राहतो. आपलं जीवन जगत असता, आपल्या मूळ प्रवृत्तींच्या प्रवाहाबरोबर तो असहायपणे वाहूनही जात असतो. ही आणि अशी रशियन साहित्याची बरीचशी वैशिष्ट्यं डॉ. सुनीती देशपांडे यांनी आपल्यापर्यंत अनुवादांद्वारा आणून पोचवली आहेत.

या कथासंग्रहातील सर्वांत प्रभावी कथा माक्सिम गोर्की या लेखकाची असावी, हे अपरिहार्यच आहे, कारण जागतिक साहित्यात महान लेखक म्हणून त्यांना मान्यता मिळालेली आहे. 'एक लाट तोडी दोघां' हे त्या कथेचं शीर्षक आहे. ही कथा आहे जिप्सी जगातील प्रियकर आणि प्रेयसी यांची. झुबेर नावाचा एक जातिवंत आणि कलंदर जिप्सी वीर आणि तितकीच मानी, मनस्वी आणि सौंदर्यवती रादा यांच्या प्रेमाची. दोघांनाही आपल्या तोलामोलाच्या जोडीदाराची ओढ आहे; पण दोघंही इतकी मानी आहेत, की आपल्या प्रिय व्यक्तीनं आपल्यापुढे वाकावं, अशी अनिवार्य ओढ त्या उभयतांना सारखीच वाटते. प्रेम आणि अहंमन्यता या दोन गोष्टी प्रेमिकांच्या मीलनात एकत्र येऊच शकत नाहीत. 'झुबेरनं आपल्यापुढे गुडघे टेकून प्रेमाची याचना करावी, तरच मी त्याची होईन,' अशी अट रादा घालते; झुबेर ती मान्यही करतो आणि ती अट पूर्ण करत असतानाच तिच्या हृदयात खंजीर खुपसतो. रादा खाली कोसळते, ते पाहून तिचे वडील उठतात आणि पाठमोऱ्या असलेल्या झुबेरच्या पाठीत खंजीर खुपसतात. हे असं होईल, अशी झुबेरला कल्पना असते, पण तो तसं होऊ देतो आणि ही प्रेमकथा अशीच मीलनावाचून संपते. दोन प्रचंड तुल्यबळ लाटा एकमेकींचा पाठालाग करीत राहतात; पण त्या एकरूप मात्र होऊ शकत नाहीत. ही कथा या संग्रहातील सर्वोत्कृष्ट कथा असून, ती वाचकाला अतिशय सुन्न करून टाकणारी व तुमच्याआमच्या अनुभव विश्वाला एक वेगळंच परिमाण प्राप्त करून देणारी आहे.

अलेक्सांद्र सोल्झेनित्सिन यांची कथा **'म्हणे अरेरे!'** अर्थातच सोव्हिएत रशियात ज्या ज्या लोकांवर अन्याय झाला, त्यांच्यापैकी एकाची आहे. या माणसानं, एका उत्तम इंजिनिअरनं एक विलक्षण योजना आखलेली असते. एके काळच्या वैराण, वाटवंटी प्रदेशात कालवे बांधायचे, भरपूर पाणी पुरवून तिथं तरारलेले हिरवेगार मळे तयार करायचे, अशी ती भव्य योजना असते. १९१२ मध्ये तयार

केलेल्या या योजनेचे जनक होते रशियन भूगर्भ शास्त्रज्ञ आणि तंत्रज्ञ मोदेस्त अलेक्सांद्रविच. त्या काळात त्यांच्या योजनेचं काहीच चीज न झाल्यामुळे, त्यांच्या वाट्याला आली ती निराशा आणि उपेक्षा. कालांतरानं हीच योजना इतर माणसांनी अमलात आणल्याची बातमी एका वृत्तपत्रात छापून येते. या तंत्रज्ञाच्या मुलीच्या नजरेस हे वृत्तपत्र रस्त्यावर, एका भिंतीवर लावल्याचं दिसताच, ते तिथून काढून घेऊन आपल्याजवळ ठेवावं, असं तिला वाटतं. मोह अनावर होऊन चोरी करत असताना ती पकडली जाते. पण तिची दया येऊन तिला सोडूनही देण्यात येतं.

त्या वृत्तपत्राच्या बातमीदारानं त्या तंत्रज्ञाचा काही शब्दांत गौरव करून ती बातमी तशीच अर्धवट सोडलेली असते. त्याचं पुढं काय झालं, याविषयी त्यात काहीच भाष्य केलेलं नसतं. प्रत्यक्षात मात्र त्या म्हाताऱ्याला वीस वर्षं तुरुंगात आणि छावणीत घालवावी लागतात आणि पुढे म्हातारपणी तो निराधार होऊन मरण पावतो. या कथेत लेखकानं कटुता शेवटीशेवटी आणलेली असली, तरी सारी कथा तशी मन कडवट करणारीच वाटते.

यूरी याकवलेव यांची **'एकच चूक'** ही प्रेमकथा ओल्गा नावाच्या एका तरुणीची आणि तिच्या भाबड्या प्रेमाची आहे. तिला बापडीला सौंदर्य नसतं, पण तिच्या तरुण मनात प्रेमाची आस मात्र असते. युद्धकाळात तिच्या घरात एका कॅप्टनची भाडेकरू म्हणून सोय करण्यात येते आणि ती त्याच्यावर प्रेम करू लागते. त्या कॅप्टनला ओल्गाविषयी काहीच आकर्षण वाटत नाही आणि तीही आपलं प्रेम व्यक्त करू शकत नाही. अखेर, हा कॅप्टन त्याच गावातील एका सुंदर तरुणीशी विवाहबद्ध होतो आणि ओल्गाच्या वाट्याला येते मात्र निराशा. एकदा बोलता बोलता कॅप्टननं तिला म्हटलेलं असते- 'आम्ही सैनिक लढाईत एकच चूक करतो आणि प्राण गमावून बसतो.' ओल्गाला वाटतं, की कॅप्टननं ही चूक लढाईत केली नाही, तर आयुष्यात लग्न करून केली आहे. पण तिच्या भावनांना काहीच अर्थ उरत नाही. ही एक साधी, नित्य घडणारी प्रेमकथा आणि आपल्या साधेपणानंच ती डोळ्यांत आसवं उभी करते.

अलेक्सेई तलस्तोई यांची **'लेणे सौंदर्याचे'** हीदेखील अत्यंत उदात्त अशा प्रेमाची सुंदर कथा आहे. इगोर नावाचा सैनिक युद्धात जबर जखमी होऊन त्याचा चेहरा विद्रूप होतो. इस्पितळात उपचार करून जळलेला चेहरा घेऊन तो आई-वडिलांना व प्रेयसीला भेटण्यास आपल्या जन्मगावी जातो. त्याचा चेहरा ओळखू न येईल एवढा भयानक झाल्यामुळे आपली ओळख न देता 'मी तुमच्या मुलाचा मित्र आहे', असं सांगून तो आपल्या घरात शिरतो. एक रात्र घरात राहून, आपल्या प्रेयसीला भेटण्याचं धाडस न झाल्यामुळे तो छावणीत परत येतो व काही दिवसांतच त्याला आईचं पत्र येतं की, त्याच्या हालचालींवरून व हावभावांवरून तो दुसरा-

तिसरा कुणी नसून आपला मुलगाच आहे, असं तिचं मन ग्वाही देत आहे. इगोरकडून खुलासा देणारं व दिलगिरी व्यक्त करणारं पत्र येताच त्याची आई इगोरच्या प्रेयसीला घेऊन छावणीत त्याला भेटायला येते. प्रथम आईची व मुलाची हृदयस्पर्शी भेट होते व त्यानंतर त्याची सुंदर प्रेयसी आपलं प्रेम व्यक्त करू लागताच, ते 'सौंदर्याचं लेणं साक्षात' बोलकं होतं आणि त्या अलौकिक प्रेमाचं दर्शन वाचकांच्या मनाला चटका लावून जातं.

वसाली शुकशिन यांची **'केली पण प्रीती'** ही कथा एका अतिशय चंचल मनोवृत्तीच्या पण अत्यंत आकर्षक आणि प्रभावी व्यक्तिमत्त्व असलेल्या एका माणसाची आहे. दुसऱ्या गावी गाडीचालकाची नोकरी त्याला कुणी देऊ केल्यामुळे तो त्या गावी जातो. पहिल्या काही दिवसांतच त्या गावातील एक मुलगी प्रथमदर्शनीच त्याच्या मनात भरते. ती त्या गावातील सर्वांत सुंदर मुलगी असते. हा गाडीचालक तिला आपली जोडीदारीण बनविण्याची स्वप्नं पाहू लागतो. पण त्या मुलीला हे मान्य नसतं, कारण तिनं आपल्या स्वप्नांचा राजकुमार अगोदरच मुक्रर केलेला असतो. अखेर हा कथानायक समजून चुकतो व मान्यही करतो की, सफल प्रेमाचे धनी आपण होऊ शकत नाही, कारण आपली कुंडलीच तशी नाही. तो आपल्या आवडत्या मुलीला तिच्या प्रियकराच्या हाती सोपवून माघारी फिरतो.

वेलेंतिन रसपुतिन यांची **'गुरुर्माताः गुरुर्मित्रः'** ही कथा आपल्या शिक्षकाविषयीच्या पारंपरिक कल्पनेला एकदम कलाटणी देणारी आहे. आपल्या घरापासून दूर राहणारा एक शाळकरी मुलगा आणि त्याला वाममार्गापासून वाचवू पाहणारी एक शिक्षिका यांच्याविषयी ही कथा आहे. मायेनं चार घास या मुलाला ती नेहमी देऊ करते व त्याचबरोबर त्यानं चांगल्या संगतीत राहावं, चांगले विचार, चांगल्या सवयी अंगी बाणाव्यात असा प्रयत्न आपल्याकडून करत राहते. दुर्दैवानं एक दिवस या मुलाला जुगाराचं व्यसन लागतं. या मुलाला आपण वाचवलं पाहिजे, या तळमळीनं त्याला आपल्याजवळ बसवून घेऊन स्वतःच त्याच्याशी जुगार खेळू लागते. एक दिवस मुख्याध्यापकांच्या हे लक्षात येताच तिला आपल्या नोकरीवर पाणी सोडावं लागतं. पण तरीही ती सदैव आपल्या विद्यार्थ्याची हितचिंतक होऊन राहते.

'सोडुनिया घर नाती गोती' ही चिंगीझ ऐतमातव यांची प्रेमकथा आगळ्या-वेगळ्या नात्याच्या विजयाची आहे. तिला युद्धकालीन पार्श्वभूमी आहे. गावातील सारे कर्ते पुरुष युद्धाच्या आघाडीवर जातात. घरी राहतात ती म्हातारी माणसे, स्त्रिया, मुले आणि जखमी होऊन परतलेले सैनिक. गावातील माणसं आघाडीवर शिधा-सामग्री पोचवण्याचं काम करीत असतात. मागे राहिलेल्या स्त्री-वर्गात जमिल्या नावाची एक सुंदर स्त्री असते. युद्धावर गेलेल्या तिच्या नवऱ्याप्रमाणेच जमिल्या ही स्वतः एक उत्तम घोडेस्वार असते. आपल्या देखण्या सुनेला काही कामावर

पाठवण्यासाठी तिची सासू राजी नसते, पण तिनंही कामावर यावं, असा मुकादमाचा हुकूम आल्यामुळं अखेर जमिल्या कामावर जाऊ लागते. जमिल्या ही सुंदर, सद्‌गुणी स्त्री असली, तरी तिच्या मनात एक सल तिला कायम दुःखी करत राहतो. तो म्हणजे आपल्या पतीकडून प्रेमाचा आणि कौतुकाचा अभाव. कधी त्याचं घरी पत्र आलंच, तर ते वडीलधाऱ्या माणसांच्या नावावर. पत्रात कुठंतरी कोपऱ्यात तिचाही उल्लेख असायचा- 'जमिल्यालाही नमस्कार सांगा' असा आणि एवढाच.

काही दिवसांनी गावात युद्धभूमीवर जखमी झालेला एक सैनिक येतो. दनियार त्याचं नाव. पायाला जबर दुखापत झाल्यामुळे तो लंगडत चालत राहतो. जमिल्याकडे अनेक पुरुष आकृष्ट होत राहतात, तसाच हा दनियारही होतो. ती त्यालाही दूर ठेवते. त्याची थट्टाही करते. तिच्या सोबत तिचा पाठीराखा धाकटा दीरही असतो. एकदा या थट्टेचा अतिरेक होतो. जमिल्या आणि तिचा दीर मिळून सामानातील एक अत्यंत अवजड पोतं दनियारच्या गाडीत टाकतात. मोठ्या कष्टांनी, लटपटत्या पायांनी दनियार ते पोतं उचलून गोदामात नेऊन टाकतो. जमिल्या व तिचा दीर यांची लबाडी ध्यानात येऊनही तो काही तक्रार करत नाही. जमिल्या अतिशय वरमून जाऊन आपण केलेल्या थट्टेची भरपाई करण्याचा प्रयत्न करू लागते. तिला दनियारविषयी आपुलकी वाटू लागते. गाडीतून येता-जाता गाणं म्हणण्याचा आग्रह त्याला करू लागते. त्याचा आवाज, त्याचं गाणं या साऱ्यांनी ती अशी ओलीचिंब आणि मंत्रमुग्ध होऊ लागते की आपुलकीची, ओलाव्याची जागा प्रेमानं कधी घेतली, हेही तिला कळत नाही.

अखेर 'स्त्री' म्हणून आपली कदर करणाऱ्या व 'आपल्या आवडत्या स्त्री'वर प्रेमाचा वर्षाव करणाऱ्या या दनियारबरोबर जमिल्या निघून जाते. सारी नातीगोती सोडून, साऱ्या बंधनांमधून मुक्त होऊन हे स्त्रीमन निळ्या आकाशात भरारी घेतं. एखाद्या स्वच्छंदी पाखराप्रमाणं. प्रेमाचं हे उन्मुक्त दर्शन अतिशय हृद्य आहे.

तमास बीबीलुरी या सोव्हिएत जॉर्जियन लेखकाची **'होशियार'** ही कथा तेदो नावाच्या एका गमत्या माणसाविषयी आहे. विदूषकी खेळ करून रस्त्यातील नाहीतर बाजारपेठेतील लोकांची करमणूक करणं, हे त्याचं काम. डोक्यावर तांबूस रंगाचे केस, नाकावरचं टेंगूळ आणि सतत आश्चर्यानं लकाकणारे डोळे, असं हे त्याचं ध्यान. कधी पुराणकथा सांगून, तर कधी काही मजेशीर गोष्टी बोलून तो लोकांची मनं रिझवत राहतो. बाबतीसारखी चांगली, काळजी घेणारी पत्नी जर त्याला मिळाली नसती, तर त्यानं काय केलं असतं, कोण जाणे! गावातील माणसं आपल्या साध्या, भोळ्या-भाबड्या नवऱ्याची टिंगल करतात, याचं तिला फार वाईट वाटायचं. पण हेही खरं होतं, की गावातील माणसांना तो फार आवडायचा. एकदा काही निमित्तानं पोलिसांनी त्याला पकडून नेलं असता, गावात अगदी बेचैनीचं वातावरण पसरलं.

अखेर, 'हा बापडा निर्दोष आहे', असा निर्वाळा पोलीस कचेरीत देऊन लोक त्याला सोडवून आणतात.

अशा या गमत्या माणसाचा व्यवसाय काय होता, तर शवपेट्या तयार करण्याचा. हा व्यवसाय बाबलीला तर आवडायचा नाहीच, पण स्वतः तेदोलाही नाही. पण इलाज काय होता? तेदो या पेट्यांना 'महाल' म्हणायचा. त्याच्या या व्यवसायावरून कुणी त्याची टिंगल केली की तेदो बिचारा दुःखी कष्टी व्हायचा आणि बाबलीचा राग शिगेला पोचायचा.

दुर्दैवानं बाबलीनं त्याच्या आधी जगाचा निरोप घेतला आणि तेदोचं सारं जीवन नीरस, उजाड होऊन गेलं. त्यानं स्वतःसाठी एक 'महाल' बनवून ठेवला. आपल्या घोड्यावर बसून तो एकटाच गावात फिरू लागला आणि अखेर- एक दिवस रस्त्यावर तो मृतावस्थेत गावकऱ्यांना आढळला.

विदूषकी चाळे, जगावेगळी जीवनरीती, नितांत प्रेम करणारी पत्नी आणि सतत मृत्यूची आठवण करून देणारा, शवपेट्या तयार करण्याचा व्यवसाय, स्वतःसाठीच तयार करून ठेवलेल्या 'महाला'तून घेतलेला जगाचा निरोप, पावलोपावली विनोद आणि कारुण्य यांचा संगम. ओठांवरील हसू आणि डोळ्यांतील आसवं कायम ठेवणारी हीं अनोखी कथा म्हणजे माणसाच्या जीवनावरील भाष्य आहे. या कथासंग्रहातील उत्कृष्ट कथांमध्ये प्रस्तुत कथेची गणना करता येईल.

'लय विलया गेली' ही सेरगेइ अन्तोनव यांची कथा एकाकी जीवन जगणाऱ्या एका आजोबांची आहे. पत्नी निवर्तलेली. मुले घराबाहेर पडलेली. जी शेतीवाडी सांभाळत ते जगत असतात, तीच गमवायचा प्रसंग त्यांच्यावर येतो. एक नवं धरण बांधण्यासाठी सरकार ही जमीन नुकसानभरपाई देऊन ताब्यात घेऊ पाहतं. पण आपली जमीन गमावून पोरकं व्हायची आजोबांची तयारी नसते. पण अखेर परिस्थितीपुढे त्यांना नमतं घ्यावं लागतं. त्यांच्या आयुष्याची लय विलयास जाते.

नाइलाजास्तव एका रेल्वे कंपनीत ते पहारेकऱ्याची नोकरी पत्करतात. एक दिवस रेल्वे खात्याचे एक वरिष्ठ अधिकारी जागेची व कामाची पाहणी करण्यासाठी त्या ठिकाणी येतात. अधिकाऱ्याच्या लक्षात येतं, की इथले पहारेकरी आपले वडीलच आहेत. आपण आणि आपल्या भावानं वडिलांची कधी पुसटशी चौकशीही केली नाही, याची शरम वाटून मुलगा आपल्या वडिलांना आपल्या घरी राहण्यास बोलावतो; पण स्वाभिमानी वडील या निमंत्रणास ठामपणे नकार देतात.

गोष्ट तशी साधीच आहे; पण तिच्यातील कारुण्य आणि आपल्या आसपासच्या जीवनाशी तिचं साधर्म्य यांमुळे ती विलक्षण हृदयस्पर्शी झाली आहे.

'कळावंत' ही कथा एका जिप्सी कलावंताविषयी आहे. क्रांतिपूर्व काळातील ही कथा कन्स्तान्तिन फेदिन या सुप्रसिद्ध सोव्हिएत लेखकाची. आपल्या बाजाच्या

पेटीवर या कलावंताचा अगदी जीव जडलेला. कधी मुलं त्या पेटीशी खेळू लागली, कधी त्या पेटीविषयीच्या त्याच्या प्रेमावरून कुणी त्याला छेडलं, तर हा कलावंत फार दुखावला जायचा. गायन-वादन हा या जिप्सी लोकांच्या पोटापाण्याचा व्यवसाय, तर घोड्यांची चोरी करणं हा खास हातचलाखीचा खेळ. या लोकांच्या ठायी ज्या नाना कळा, नाना हिकमती, तसेच घोडे चोरण्याचं कसब ही विलक्षण कोटीतील कलाही त्यांना सहजसाध्य असते.

एकदा या गावातील अत्यंत चपळ आणि देखण्या अशा दोन घोड्या या जिप्सी लोकांची टोळी पळवून नेते. गावकऱ्यांनी त्यांचा पाठलाग करूनही त्यांना यश येत नाही. अखेर हा एकटाच 'वीर' त्यांच्या हाती लागतो. त्याचे हात-पाय बांधून ठेवून त्याला मारझोड केली, तरीही तो घोड्या चोरल्याचं कबूल करत नाही. अखेर, त्याला जिवानिशी मारून टाकण्याचा निर्णय गावकरी घेतात.

ही शिक्षा ऐकून झाल्यावर हा जिप्सी कळावंत गावकऱ्यांना अशी विनंती करतो, की मरणापूर्वी अखेरची इच्छा म्हणून, त्याला एकदा पेटीच्या साथीनं गाऊ दिलं जावं. त्याचं म्हणणं मान्य करून त्याच्या हातात पेटी दिली जाते. जीव ओतून हा कलावंत गाऊ लागतो. सारी माणसं मंत्रमुग्ध होऊन त्याला अधिक गाणी गाण्याचा आग्रह करू लागतात. त्याचा मद्यप्राशनाचा हट्टही पुरा केला जातो. अखेर, एका रात्रीपुरती त्याची शिक्षा टळते, कारण गावातील स्त्री वर्ग तशी विनंती करतो. एका रात्रीपुरतं त्याला एका घरात बंद करून ठेवलं जातं. सारे गावकरी आपापल्या घरी परतात.

आणि अखेर, सकाळी बंद घर उघडून पाहतात, तर काय?

हा जिप्सी गायक आपल्या पेटीसकट पसार!

तर असा हा गुणी 'कलावंत'

आणि असा हा चतुर 'कळावंत'ही.

जिप्सी कळावंताची ही कथा वाचकांना एका वेगळ्याच विश्वात घेऊन जाते. त्या जगात सुंदरता-असुंदरता, चांगुलपणा आणि चतुराई यांची मोजमापंच निराळी. जीवनाचा अन्वयार्थ किती वेगवेगळ्या प्रकारांनी लावला जाऊ शकतो, याचं यथार्थ दर्शन ही कथा घडवते.

'कठिण समय येता' ही वेलेंतिन रसपुतिन यांची याच कथासंग्रहातील दुसरी कथा. एका साध्याभोळ्या स्त्रीच्या पराकोटीच्या भाबडेपणाविषयीची ही कहाणी. एका दुकानात ती विक्रेती म्हणून काम करत असते. तिचं नाव- मरिया. एक तर साधी आणि त्यात अडाणी. यामुळे हिशोबात बऱ्याच वेळेस लहानमोठ्या चुका होत राहतात.

एकदा तर फार मोठी चूक तिच्या हातून घडते आणि हिशोबात मोठाच तोटा होतो. आता एवढे पैसे आणायचे कुठून आणि भरायचे कसे, याची विवंचना मरिया व तिच्या नवऱ्यास सतावू लागते. आसपासचे गावकरी 'मदत केली पाहिजे', 'करायला तयार आहोत' असा देखावा करतात. कुणी थोडीफार मदत करू पाहतं, तर कुणी काहीच देत नाही. कुणी लाजेकाजेस्तव थोडेसे पैसे देऊ करतात; पण लगेच तीच माणसं काहीतरी निमित्त काढून ते पैसे परत मागायलाही येतात.

अखेर गुन्ह्याचा ठपका येणं आणि शिक्षा भोगणं, हेच तिचं प्राक्तन ठरू पाहतं.

पण तसं होण्यापूर्वी तिचा नवरा आपल्या भावाकडं, पैशाची काही सोय होऊ शकेल का, अशी विचारणा करण्यासाठी जातो. हा भाऊ यापूर्वी त्याच्याशी खूप दुष्टपणानं वागलेला असतो, त्याच्याकडून मदतीची काहीही आशा, अपेक्षा नसते, तरीही.

आणि याच ठिकाणी, या वळणावर ही कथा संपते. पुढं काय घडलं असेल, याची कल्पना करण्याचं काम लेखकानं वाचकांवर सोपवलेलं आहे. वेलेंतिन रसपुतिन या कथालेखकानं वाचकालाच अखेर या कथेतील पात्र बनवलं आहे. वाचकांच्या मस्तकात कथेच्या अंताविषयी वादळ उठवून देत देतच लेखक आपला निरोप घेतात. ही अप्रतिम शोकांतिका आपल्या साध्या कथाविषयानं आणि मरियाच्या निष्पाप अगतिकतेमुळे आपल्या काळजाला घरं पाडत राहते. कथानायिका मारिया जणू आपल्याला सांगत राहते, की या क्रूर आणि व्यवहारी जगात साधंभोळं असणं, हा फार मोठा गुन्हा आहे.

अशा या एकूण अकरा दीर्घ कथा. एका वेगळ्याच संस्कृतीचं, आपल्या जीवनापेक्षा काहीशा निराळ्या 'जगण्याचं' दर्शन घडवणाऱ्या. त्यात माणसा-माणसातील नाती आहेत, परस्परांविषयी भावना आहेत. माणसाचं आर्त एकाकीपण आहे, त्याला पावलोपावली भुरळ घालणारी आकर्षणं आहेत, त्याची अपेक्षित सुखं-दुखं आहेत, बेहोष करणारा आनंद आहे, धुंदीची लय सांगणारं संगीत आहे. कथाविषयही परस्परभिन्न आहेत. **'कळावंत'**मधील घोडेचोर व संगीतप्रेमी जिप्सी, **'कठीण समय येता'** मधील साधी-भोळी मरिया, **'एक लाट तोडी दोघां'**मधील अहंमन्य प्रेमी युगुल, **'म्हणे अरेरे!'**मधील सोव्हिएत तंत्रज्ञाची मुलगी, **'लेणे सौंदर्याचे'**मधील जखमी सैनिक व त्याची एकनिष्ठ वाग्दत्त वधू, **'केली पण प्रीती'**मधील दिलदार प्रियकर, इ.

तुमच्या आमच्या जीवनाहून वेगळं असं परक्या मातीतील हे जीवन असलं, तरी त्यातील अनुभवांचा आत्मा एक आहे आणि तो आपल्याला जवळचा वाटतो. या कथा वाचता वाचता सहजपणानं आपण त्यातील पात्रांच्या अनुभवप्रवाहाशी

एकरूप होतो आणि वाचनाचा आनंद घेत घेत आपलं अनुभवविश्वही अधिक संपन्न, श्रीमंत होत राहतं.

मराठी भाषा आणि रशियन भाषा या अगदी दोन विभिन्न राष्ट्रांच्या भाषा. पण परक्या भाषेतून, परदेशी जीवनाविषयीच्या कथा मराठीत आणताना डॉ. सुनीती देशपांडे यांनी कोणतीही उणीव न जाणवू देण्याची दक्षता घेतलेली आहे. या कथांच्या स्वत्वाला कुठंही झळ पोहोचू न देता, **अस्सल घरंदाज मराठीचा वापर** करून, त्यांनी हे अनुवाद लिहिलेले आहेत. भाषांतराचं वरवर सोपं वाटणारं हे काम फार अवघड आहे, याचीही त्या आपल्याला जाणीव होऊ देत नाहीत.

देखण्या बाळाच्या गालाला काजळाची तीट लावून दृष्ट काढायची असते, असं म्हणतात. तशी तीट लावून मी हा प्रस्तावनेचा अडसर दूर करतो आणि या समृद्ध कथाविश्वात प्रवेश करण्याचं वाचक वर्गाला स्नेहपूर्ण निमंत्रण देतो. वेगळ्या रुचीची ही एक मेजवानीच आहे.

गंगाधर गाडगीळ

मुंबई. २१-१०-२००३

अंतर आणि पर्व

'अंतर' हा शब्द दुरावा, भिन्नता दाखवणारा, तर 'पर्व' हा शब्द व्याप्तीशी नातं सांगणारा. तथापि, अनुवादासारखा विश्वासू मित्र असल्यावर हे अंतर दूर करणं सहजसाध्य होऊ शकतं.

'फुलांचे बोल' आणि 'कथांतर' या संग्रहांतील कथांप्रमाणेच या पर्वातील, भाषांमधील अंतर दूर करण्याच्या कथांचंही वैशिष्ट्य असं, की त्या थेट रशियन भाषेतून मराठी भाषेत अवतरलेल्या आहेत. दोन्ही भाषांचा 'थाट' आणि 'घाट' कायम ठेवून.

'महाराष्ट्र टाइम्स', 'सामना', 'साप्ताहिक सकाळ' आणि 'धनंजय' (दिवाळी अंक) यांसारख्या वृत्तपत्रांतून आणि नियतकालिकांतून १९९२ नंतर त्या कथा प्रकाशित होऊ लागल्यावर वाचकांनी जो प्रेमाचा आणि कौतुकाचा वर्षाव केला, त्यानं माझ्या बोटांत बळ आलं, लेखणीतही उत्साह संचारला आणि त्यावर जणू कळस चढविण्यासाठी माझ्या तत्कालीन डायरेक्टर वेलेंतिना गान्यूश्किना जवळ जवळ दररोज मला वाचनासाठी व अनुवादासाठी नव्या कथा देऊ लागल्या. त्या प्रयत्नांचं, परिश्रमांचं आनंददायी फलस्वरूप म्हणजे या 'पर्वात' समर्थपणे उभ्या असलेल्या या कथा. प्रत्येक कथा हा एक अनुभव आहे आणि शब्दोशब्दी वाचकाला अंतर्मुख करायला लावणारा आहे.

या विशिष्ट कथांची निवड का केली, तर केवळ एक भाषाप्रेमी आणि साहित्यप्रेमी विद्यार्थिनी म्हणून. कमीत कमी वर्णनात्मक आणि अधिकाधिक संवादांमुळे बोलक्या असलेल्या अशाच कथा अनुवादासाठी निवडलेल्या आहेत. मी स्वतः कोणत्याही राजकीय मतप्रणालीचा पाठपुरावा करणारी नाही. त्यामुळे एकाही कथेवर राजकीय वातावरणाचा पगडा नाही किंवा तत्कालीन अर्थव्यवस्थेचाही उच्चार नाही. जी-जी कथा भारतीय तत्त्वांशी जवळीक साधणारी वाटली, जिथं जिथं भाषेच्या आरशात मराठी मन दिसलं, मराठी भाषेत आपण हे चांगल्या रीतीनं सांगू शकू, असं वाटलं, ती-ती कथा आवडली आणि ती निवडली. बस्स, एवढंच!

या संग्रहातील कथांची दीर्घ शीर्षके (उदा. 'एक लाट तोडी दोघा', 'केली पण प्रीती') वाचून काही वडीलधाऱ्या वाचकांनी टीका नाही, पण याबाबत प्रश्न उपस्थित केला होता. त्यामागे माझा उद्देश एवढाच होता, की वाचकांना भाषा, संस्कृती

यांतील अंतर जाणवू नये. त्यांना वाटावं, ‘अरे, हे तर आपले माडगूळकर’, ‘हे तर आपले पाडगावकर’ इ. इ.

‘कठीण समय येता, कोण कामास येतो?’ याचं उत्तर काय, तर ‘विचारी मना तूच शोधून पाही’, हेच. या कथेतील मरियानं, हिशेबात झालेल्या चुकीमुळे ओढवून घेतलेली शोकांतिका इतकी खरी आणि आपली वाटते, की ती दुसऱ्या देशात घडलेली आहे, केवळ एवढंच तिचं परकेपण.

‘सोडुनिया घर नातीगोती’ मधील जमिल्या काय सांगते? स्त्रीला जसं प्रेम हवं, तसाच आदर आणि सन्मानही. प्रसंगी ‘कुंकवाचा धनी’ तो देण्यास असमर्थ ठरला, तर ती त्याला त्याची जागा दाखवून स्वतःचं स्वप्नं पुरं करू शकते.

‘गुरुर्माताः’ - हेही एक स्त्रीरूपच. विद्यार्थ्याला आईची माया देणारी शिक्षिका आपल्या संस्कृतीलाही नवी नाही. पण घरापासून दूर राहणाऱ्या अल्पवयीन मुलानं वाईट संगतीस लागू नये म्हणून स्वतःची नोकरी धोक्यात घालून त्याच्याबरोबर जुगार खेळणारी शिक्षिका मात्र आपल्याला नवी आहे. हा केवळ दुसऱ्या संस्कृतीचा एक वेगळा पैलू म्हणून आपण समजून घ्यायचा आहे.

‘एक लाट तोडी दोघा’... ही लाट नियतीची नाही, तर दुर्दैवी अहंकाराची आहे. प्रेम आणि अहंकार एकत्र येऊ शकत नाहीत आणि तसं झालंच, तर त्याचा शेवट काय होईल, हे सांगण्यासाठी कोणत्याही ज्योतिष्याची जरुरी नाही.

‘कळावंत’ हा जन्मजात कलावंत आहे. आपल्याला देहदंडाची शिक्षा झालेली आहे, हे समजल्यावर ‘शेवटची इच्छा’ सांगून एका रात्रीपुरतं जीवनदान तर मिळवतोच, पण आपल्या कलेचा आविष्कार दाखवून नशिबी आलेला एका रात्रीचा बंदिवासही धुडकावून लावतो. भरपूर कलांचा आणि कळांचा हा स्वामी.

‘लया विलया गेली’ ... मुलं कर्ती झाल्यावर त्यांनी वृद्ध आई-वडिलांना विसरावं, हा विषय नवा नाही. आपल्या गरजेला मोठी माणसं त्यांना हवीत; पण जेव्हा त्यांची गात्रं थकतात, तेव्हा तरुण मुलांच्या पंखांत भरारी घेण्याचं बळ येतं. दाही दिशा त्या वेळेस कवेत घेऊ पाहतात, तेव्हा या असहाय जिवांनी कुणाकडे पाहावं?

‘एकच चूक’... कथानायिकेला वाटतं, कॅप्टननं आपल्याला अव्हेरून दुसऱ्या मुलीवर प्रेम केलं. ही त्यानं केलेली चूक. लढाईच्या मैदानात केलेली नाही, तर प्रेमात. पण आपण केवळ घरमालकिणीची मुलगी म्हणून त्याची काळजी घेत नाही, तर असीम, भाबड्या प्रेमामुळं आपण असं करत आहोत, हे त्याला न सांगणं, ही त्याहूनही मोठी चूक नाही का?

‘केली पण प्रीती’... आपल्याला प्रथमदर्शनीच आवडून गेलेली मुलगी आपली जोडीदारीण व्हावी, असं नायकाला वाटतं. तिच्या मनात काय आहे, याचा

विचार न करता, तो एकतर्फी प्रेम करत राहतो. पण तिचं गुपित समजताच स्वतःहून आपल्या आवडत्या मुलीला तिच्या प्रियकराकडे नेऊन पोचवतो. हेही प्रेमच. जगावेगळं. त्यागाची नवी व्याख्या सांगणारं. मनापासून प्रेम केलं, हे महत्त्वाचं, मग ते व्यक्त करण्याच्या धडपडीत लाख चुका हातून घडल्या, तरी बिघडलं कुठं?

गमत्या तेदो. 'होश्शियार' कथेचा नायक. व्यवसायाचं स्वरूप गंभीर आणि याचा मस्करी करण्याचा स्वभाव अगदी विरुद्ध टोकाचा. एक दिवस केवळ त्याचा आवाज ऐकू न आल्यामुळे अस्वस्थ झालेले गावकरी, तेदो कायमचा आपल्या 'महालात' राहण्यासाठी गेला, हे समजताच किती हळहळले असतील? पण 'त्या' जाण्याविषयी मात्र त्यानं **'होश्शियार'** ही आपली आवडती ललकारी दिली नाही.

'म्हणे अरेरे!' या कथेचं बीज कालातीत आहे. माणूस जिवंत असताना त्याच्या कामाची, श्रमांची कदर न होणं आणि त्याच्या 'जाण्यानंतर' पदकं, प्रशस्तिपत्रं त्याच्या नावानं जाहीर करणं, यात हळहळीपेक्षा दुःखाचाच भाग जास्त आहे. असे कथाविषय कोणत्याही देशात दुर्मीळ नसावेत.

अशा या अकरा प्रभावी कथा. आपल्या वैविध्यानं, मूळ लेखकांच्या केवळ नामोच्चरानं मोठ्या झालेल्या आणि आशय, मांडणी अणि प्रत्ययकारी परिणाम यांनी सजलेल्या आहेत.

या पुस्तकाचं नामकरण मला 'कथांतर-२' असं करायचं होतं; पण **श्री. सुनीलजी मेहतांनी** सांगितलं, की तशी प्रथा नाही. वेगळं शीर्षक हवं. पुणे-मुंबई या प्रवासातच 'अंतर-पर्व' हे नवं नाव सुचलं, आवडलं आणि काही विचारांती त्याचं 'बारसंही' उरकून टाकलं.

'मेहता पब्लिशिंग हाऊस'च्या कामाविषयी नव्यानं काय लिहायचं? श्री. सुनीलजींनी, **श्री. प्रसाद मणेरीकरांकडून** कथांचं उत्तम अध्ययन आणि संपादन करवून तर घेतलंच, पण त्याचबरोबर आपल्या सहकाऱ्यांच्या तत्पर आणि उत्तम कार्यपद्धतीची पुन्हा एकदा ग्वाही दिली. विशेषत्वानं उल्लेख करायचा आहे, तो **सौ. अश्विनी खरे** यांचा.

श्री. गंगाधर गाडगीळ यांच्यासारख्या अग्रणी साहित्यिकाची प्रस्तावना या 'पर्वाला' मिळाल्यामुळे खचितच त्याच्या 'उंचीत' भर पडलेली आहे, असं मला आज अभिमानानं सांगावंसं वाटतं. 'कथांतर'च्या प्रकाशन सोहळ्याच्या निमित्तानं त्यांची आणि **सौ. वासंतीताईंची** ओळख झाली. आज तिचं रूपांतर मैत्रीत, स्नेहात झालं आहे. या 'कमाई'चं श्रेय नक्कीच या पुस्तकाच्या दोन्ही मोठ्या भावंडांचं आहे. 'फुलांचे बोल' आणि 'कथांतर' यांचं.

श्री. अंद्रेइ नझारकिन हे आमचे नूतन डायरेक्टर. त्यांच्या कारकिर्दीतील हे पहिलंच पुस्तक. त्यांचा उत्साह आणि पाठिंबा एवढा आहे, की अशी आणखी

कमीत कमी दहा पुस्तकं लिहिण्याचं बळ मला मिळावं. लेखक परिचय देताना सर्वच लेखकांची माहिती त्वरित आणि एकत्रित मिळणं कठीण होतं. आमचे डायरेक्टर 'इंटरनेट'मधून या लेखकांची व्यवस्थित माहिती मिळवून देण्यासाठी काही दिवस रोज संध्याकाळी केबिनमध्ये बसलेले असत. तेही ऑफिसच्या वेळेनंतर आणि 'पुस्तकाचं काम कुठपर्यंत आलं?' असं विचारणं, हे रोज सकाळी 'गुड मॉर्निंग' म्हणण्याइतकंच महत्त्वाचं.

'महाराष्ट्र टाइम्स'मधील स्नेही **श्री. श्रीराम शिधये, 'लोकसत्ता'**मधील हितैषी **श्री. श्रीकांत बोजेवार** आणि **श्री. रमेश कापसे**, **'सामना'**चे उत्साही कार्यकारी **संपादक श्री. संजयजी राऊत** आणि **त्यांचे ज्येष्ठ सहकारी श्री. सुरेंद्र मुळीक**, या सर्वांची माझ्या लिखाणाला वेळोवेळी मिळणारी दाद आणि शाबासकी नेहमीच उत्तेजन देणारी असते.

माझे कुटुंबीय **शेखर, सतीश, सौ. वंदना** आणि त्यांचा परिवार. आम्ही हजारो मैल एकमेकांपासून दूर असलो तरी माझ्या प्रत्येक छोट्या-छोट्या यशाची एकदम जंगी बातमी करून टाकणारे हे माझे प्रियजन.

माझ्या आईनंतर तिची जराही उणीव भासू न देणारी माझी मावशी **सौ. सुमती जेजुरीकर,** माझ्या दोन वहिनी **सौ. सरिता** आणि **सौ. दीप्ती.** मी जायला निघताना माझी बॅग आवडीच्या खाऊनं कशी जड करायची, याकडे त्यांचा कटाक्ष. आठवण आईचीच होते. स्वतः भरभरून सामान माझ्या बॅगेत घातल्यावर तिच्या चेहऱ्यावर नेहमी प्रश्न असायचा, "तुझी बॅग एवढी जड कशी?" आणि याचं उत्तर मी द्यायला हवं असायचं.

माझे आप्त - **श्री. मिलिंद देशपांडे, श्री. विवेक देशपांडे, श्री. प्रसाद देशपांडे, सौ. शकुंतला हर्डीकर** आणि कुटुंबीय आणि अर्थातच त्यांच्या सदिच्छांची शिदोरी. माझ्या चुलत बहिणी **सौ. मृणाल ताम्हणकर आणि डॉ. (सौ.) कविता इनामदार. 'देशपांडे'** असण्याचा ज्वलंत अभिमान नसानसात भरलेला. रोज भेटत नसलो, तरी 'केवळ द्वंद्वयुद्धातच सिद्ध होईल' (!) असं प्रेम. शिवाय, एकत्र राहिलेल्या दिवसांच्या 'कजाग' आठवणीही आहेत. (मुलींनो, सध्या एवढंच पुरे. पुढं मागं एखादं पुस्तक तुम्हाला बहाल करण्याचा योग येवो. निदान मी तशी वाट पाहते.')

आमच्या **'कल्चरल सेंटर'**मधील प्रमुख कार्यवाह **श्री. सुवर्णा,** माझे लिखाण 'मेहता पब्लिशिंग हाऊस'पर्यंत वेळोवेही तत्परतेने पाठवणारे श्री. राजीव, नेहमीच शुभेच्छांची साथ देणारे **श्री. मोझम अली** आणि **सौ. वनजा अंचन.** आणि 'थोरामोठ्यां लेखकांकडे भेटीसाठी घेऊन जाणारे आमचे समर्थ सारथी **श्री. डिसूजा,** या सर्वांचा उल्लेख आवश्यक आहे. तोही आभाराच्या शब्दांशिवाय.

प्रसंगी सावली सोडून जाईल, पण कोणत्याही क्षणी मला साथ देणारे माझे शिष्योत्तम **श्री. रेक्स, श्री. उल्हास कुलकर्णी, श्री. विकास गोगटे, श्री. अमोल गाडेर, श्री. विजय कांबळे** आणि **बारक आगा.**

न विसरता उल्लेख करायचा आहे, तो माझे नूतन शिष्योत्तम श्री. दिलीप बाईंग यांचा. त्यांचे निरपेक्ष सहकार्य लाभावे, ही या पर्वाची पुण्याईच म्हटली पाहिजे.

मैत्रीला नातं मानणारे आणि माझ्या प्रत्येक पावलास सदिच्छांची सोबत करणारे श्री. हरेंद्र व सौ. रजनी खुराना आणि त्यांचा परिवार.

ऑफिसमधील 'शेजारी' **इंटरनॅशनल फाऊंडेशन फॉर स्टडीज ॲण्ड कल्चर** (IFSC) चे **श्री. आशिष सोंदे, श्री. मनोज पत्की** आणि श्रीमती लक्ष्मी अय्यंगार. माझ्या लिखाणाची पहिली पावती देणाऱ्या **सौ. हिमांगी प्रभू** आणि **मधुरा देशमुख.** मैत्रीसाठी मैत्री करणारे आणि सहकार्यासाठी सदैव तत्पर असलेले हे सारे सुहृद; मी त्यांना विसरणं कसं शक्य आहे?

माझ्या आगामी **'आनंदभेट'** या पुस्तकाच्या निमित्तानं आणखी एक ज्येष्ठ साहित्यिक **श्री. शं. ना. नवरे** यांची ओळख झाली. प्रथम सत्रातून, नंतर दूरध्वनीवरून आणि त्यानंतर या वर्षी अक्षय तृतीयेच्या दिवशी त्यांच्या घरी प्रत्यक्ष भेटीत. संपूर्ण कुटुंबाचा साधेपणा, मनःपूर्वक अगत्य आणि आपल्यापेक्षा लहान असलेल्या लेखिकेचं दिलखुलास कौतुक. हा दिवस **'अक्षय आनंदाचा ठेवा'** म्हणून माझ्या मनात कायमचा जपून ठेवला आहे.

या नव्या पुस्तकाचं स्वागतही माझे लहानथोर, सर्वच वाचक नव्या उत्साहानं करतील, याची मला खात्री आहे. याही कथा मराठी आणि रशियन भाषांतील मित्रत्वाचा सेतू अधिक बळकट करतील, असा विश्वास माझ्या मनात सदैव जागता आहे.

'अंतर-पर्व' या शीर्षकाचा एकूण संकेतच अनुवाद विश्वाचं महत्त्व सांगणारा आहे. अनुवाद केवळ भाषाभाषांतील व्याकरण रचना व विभक्ती, संधी-समास यांतील फरक दाखवत नाहीत, तर भौगोलिक परिमाणांनी दूर केलेल्या माणसांना जवळ आणतात. रशियन कथा मराठीत वाचल्यावर हटकून आपल्याला वाटतंच.

"अरे, यात वेगळंसं काय आहे? ही माणसं, त्यांचे स्वभाव आणि गुणदोष आपल्या अवतीभवतीच्या माणसांची आठवण करून देत नाहीत का? आपल्या मराठी कथा या रशियन लोकांना वाचायला दिल्या तर?" द्यायलाच पाहिजेत. त्या द्वाराच अंतर दूर करणारं हे पर्व चालू राहील. सह-अनुभूतीचं, सादृश मूल्यांचं आणि सहृदयतेचं. हेच या शीर्षकाचं सांगणं आहे. आपण ते समजून घेऊ आणि एकजुटीनं या पर्वाचे पाईक होऊ.

—सुनीती

अनुक्रमणिका

वेलेंतिन रसपुतिन (१९३७)

रसपुतिन यांचं साहित्य बहुतांशी त्यांच्या जीवनाशी जवळीक सांगणारं. पहिलीच प्रसिद्ध साहित्यकृती 'मी ल्योशकाला विचारायचं विसरून गेलो'(१९६१) प्रामुख्यानं हेच सांगते. त्यानंतरच्या कथा व दीर्घकथा 'आकाशाजवळची नगरी' (१९६६), 'त्या जगातील माणूस' (१९६७) त्यांना झपाट्यानं लोकप्रियतेच्या शिखराकडे नेऊ लागल्या.

प्रस्तुत संग्रहातील दोन दीर्घकथा 'कठीण समय येता' (१९६७) व 'गुरुर्माताः गुरुर्मित्रः' या त्यांच्या साहित्यातील दोन महत्त्वाचे मानस्तंभ. रशियातील जनसामान्यांचं जीवन, शहरी राहणीपासून दूरचं 'हवामान', तेथील लोकांच्या व्यथा, सुखदुःखं, नैतिक मूल्यांशी एकनिष्ठता, पूर्वापार चालत आलेल्या रूढीपरंपरांचा अभिमान व प्रेम - ही त्यांच्या कथानकांची व व्यक्तिचित्रांची प्रमुख वैशिष्ट्यं.

मी जसा पाचव्या इयत्तेत गेलो, तसं मला शाळेसाठी तालुक्याच्या गावी पाठविण्यात आलं. कारण आमच्या गावात फक्त प्राथमिक शाळेचेच वर्ग चालवले जायचे. शाळा सुरू होण्यापूर्वी एक आठवडा आई स्वतः त्या गावी जाऊन शाळेत भेटून आली. एका ओळखीच्या कुटुंबात माझी राहण्याची, जेवणाची व्यवस्था केलेली होती. शाळा सुरू होण्यापूर्वी एक दिवस आमच्या गावातील एक ट्रॅक्टर तालुक्याच्या ठिकाणी जायचा होता, त्यातच मला सामानासकट चढवून दिलं गेलं आणि नव्या आयुष्याच्या वाटेनं जात मी तालुक्याच्या गावी शाळेत दाखल झालो.

तशी, शिक्षणात मला बऱ्यापैकी गती होती. मी मन लावून अभ्यास करायचो. एखादा गृहपाठ झाला नाही, तर शाळेत जायचं धाडस मी करत नसे. त्यामुळं सर्वच विषयांत मला उत्तम गुण मिळायचे. अपवाद होता तो फक्त फ्रेंच भाषेचा.

तसे या भाषेतील शब्द आणि वाक्प्रचार मला चटकन मुखोद्गत होत असत. शुद्धलेखनातही कधी अडचण यायची नाही. जमायचे नाहीत ते फक्त उच्चार. शिवाय

गुरुर्माताः गुरुर्मित्रः

वेलेंतिन रसपूतिन

मी राहणार होतो सैबेरियाच्या एका प्रदेशात, जिथं त्या काळी कुणी परदेशी भाषेतील शब्द बोलणं तर दूरच राहो; पण अशा कुठल्या भाषेच्या अस्तित्वाविषयी त्या मंडळींना काही माहिती होती की नाही कोण जाणे!

आमच्या फ्रेंच भाषेच्या बाई माझे उच्चार ऐकून एकतर डोळे गच्च मिटून तरी घ्यायच्या किंवा त्यांच्या कपाळावर असं काही आठ्यांचं जाळं पसरत जायचं, की माझी अवस्था फारच केविलवाणी होऊन जायची. या भाषेतील शब्दांच्या उच्चाराचं असं कुणी केलेलं विडंबन त्यांनी कधी हयातीत ऐकलेलं नसावं. कैकदा पुन्हा पुन्हा त्या हातवारे करून दाखवत राहायच्या. कठोर व्यंजनांचे, अनुनासिक स्वरांचे उच्चार कसे करायचे, ते पण मला जमायचं नाही ते नाहीच. जीभ टाळ्याला चिकटलेलीच राहायची.

घरी परत आल्यानंतर मी कधी मित्रांमध्ये तर कधी गृहपाठात गुंतलेला राहायचो. कधी चुकून एकटा असलोच, तर आईच्या, घराच्या, गावाकडच्या आठवणीनं मी बेचैन होऊन जायचो. आजवर घरापासून दूर राहायची वेळ कधी आलीच नव्हती. शिवाय असं कधी अनोळखी लोकांमध्ये राहावं लागेल, असंही वाटलं नव्हतं. सारखं घर समोर दिसत राहायचं आणि आईही. डोक्यात सतत एकच विचार असायचा- घरी जायचं, आईला पाहायचं. मी हळूहळू रोडावत चाललो. माझी आई एकदा सहज भेट देण्यासाठी आलेली असता मला पाहून दचकलीच. तिच्यादेखत मी मोठं धीराचं, संयमाचं अवसान आणलं. रडलो नाही किंवा कसली तक्रारही केली नाही. पण ओढूनताणून आणलेलं सारं अवसान ओसरलं. रडत रडतच मी तिच्या गाडीमागं धावू लागलो.

आई हातवारे करून मला समजावू लागली, की 'हे बरं नाही. मी शिकायला हवं, इथं मन रमवायला हवं'; पण मी काहीच ऐकून घ्यायला तयार नव्हतो. अखेर तिचं तिलाच काय वाटलं कुणास ठाऊक! तिनं गाडी थांबवायला सांगितली आणि म्हणाली, "चल, तयार हो. पुरे झालं तुझं शिक्षण." तेव्हा मात्र मी भानावर आलो आणि आईला निरोप देऊन परत फिरलो.

पण मी रोडावण्याचं कारण म्हणजे घरची आठवण एवढं एकच नव्हतं. मी पोटभर खात नसे. कधी इच्छाच नाही व्हायची. इथला दुष्काळ आणि गावाकडचा दुष्काळ यांत फार फरक होता. हिवाळा सुरू होण्यापूर्वी तिथं फळं, कंदमुळं हवी तितकी मिळायची. गावातल्या अंगारा नदीत मासळी तर हटकून असायचीच. जंगलात कधी गेलो तर एखादा पक्षीही सापडायचा. पण इथं? इथं सारं काही मला अनोळखी, अप्रिय असंच होतं. परकं घर. परकी माणसं आणि सारं गावच परकं, ओकंबोकं वाटायचं.

एक दिवस आमच्या घरमालकिणीचा मुलगा– फेज्या मला म्हणाला, "तुला चिका खेळ खेळता येतो? का खेळायची भीती वाटते? पैसे लावून

खेळायचा खेळ आहे. जर तुझ्याकडं पैसे असले तर आपण जाऊ.''

''माझ्याकडे? आणि पैसे? ते रे कुठले!''

''असू दे. माझ्याकडे तरी कुठं आहेत? असाच चल. पाहा तरी कसं खेळतात ते. तुलाही नक्की आवडेल.''

फेज्या मला वेगवेगळ्या चोरवाटा, पाऊलवाटा अन् आडवाटांनी एका पटांगणाच्या दिशेनं घेऊन जाऊ लागला. तिथं खूप मुलं जमल्याचं दुरूनच दिसत होतं. मी नवखा होतो. मला पाहताच मुलं चपापली. जवळपास सारी माझ्याच वयाची होती. आमच्याच शाळेत शिकणारी. त्यांच्यापैकी फक्त एकच चांगला उंचापुरा आणि धिप्पाड होता. त्यालाही मी ओळखलं. तो सातव्या इयत्तेत शिकायचा. त्याचं नाव वाजिक.

''याला कशाला घेऊन आलास?'' त्यानं माझ्या येण्याविषयी नापसंती दिर्शवीत फेज्याला विचारलं.

''असू दे रे. आपल्यातलाच आहे. आमच्या घरी राहतो तो.''

''खेळणार का रे?'' वाजिकनं विचारलं.

''पैसे नाहीत माझ्याकडे.'' मी खालमानेनं उत्तरलो.

''बघ हं! खबरदार कुणाला सांगितलंस तर!'' वाजिकनं मला सणसणीत दम भरला.

''मी कशाला सांगू कुणाला?'' मी हिरमुसल्या चेहऱ्यानं म्हटलं.

माझ्याकडं पुन्हा कुणाचं लक्ष गेलं नाही. मी एका बाजूला जाऊन बसलो आणि खेळ पाहू लागलो. वाजिक या मंडळींचा दादा होता, हे कळायला मात्र वेळ नाही लागला. ते तर स्पष्ट दिसतच होतं.

खेळ समजायला तसा मुळीच अवघड नव्हता. प्रत्येकानं निशाणाच्या जागी १०-१० कोपेक्सची नाणी ठेवायची. मैदानात एक वर्तुळ आखलं जायचं. ही नाणी एकावर एक 'काट्या'च्या बाजूनं रचून ठेवली जायची. मैदानाच्या एका कोपऱ्यात एक जरासा उंचवटा असलेला दगड होता, ज्यावर एक पाय ठेवायचा आणि भराभर या रचलेल्या ढिगावर नेम मारत राहायचं. सर्वांनी नेम धरून मारायची सोंगटी एकच असायची. ती नाण्यांच्या ढिगाला जाऊन भिडली तरी चालायचं नाही. ती नेमकी वर्तुळातच पडायला हवी असायची. आणि नाणं दुसऱ्या बाजूनं 'बाणा'च्या दिशेनं जमिनीवर पडणं जरुरी असायचं. तसं पडलं तर आणखी एक डाव खेळायला मिळायचा. जर पुन्हा काट्याच्या दिशेनं पडलं, तर मात्र दुसऱ्याला खेळू द्यायचं.

खेळ पाहताना मला वाटायचं, माझ्याकडे पैसे असते, तर मीही खेळू शकलो असतो. यात कठीण काहीच नव्हतं. शिवाय गावाकडे असताना मी

नेहमी दगडावर दगड रचून, विटकरीच्या तुकड्याने नेम धरून, एकामागोमाग एक दगड उडवत राहायचो. फरक इतकाच होता, की ते दगड होते आणि इथं पैसे होते. खेळासाठी पैसे होतेच कुठं?

म्हणूनच माझी आई गावाकडून जेव्हा जेव्हा काही पाठवायची, तेव्हा तो घरी भाजलेला पाव किंवा असाच काही खाऊ असायचा. एकदोनदा तिनं पत्रातून पाचाची नोटही पाठवली होती दूध विकत घेण्याकरिता.

रक्ताच्या काही तक्रारीमुळे माझं डोकं नेहमी गरगरायचं. ते पैसे मिळताच मी बाजारात जाऊन दूध आणत असे.

पण तिसऱ्या वेळेस पत्रासोबत पाचाची नोट पाहताच मी बाजारात गेलो नाही. त्याचे सुटे पैसे करून घेतले आणि माझी पावलं 'त्या' मैदानाच्या दिशेनं वळली. ही जागा मात्र मुलांनी नामी हुडकून काढली होती. कुठूनही, कोणत्याही दिशेनं, इथं कुणाचं लक्ष जायची पुसटशीही शक्यता नव्हती. आमच्या गावात कुणाच्या नजरेस मुलांचं असं वावगं वागणं पडताच त्यांना जरब बसविण्यासाठी थेट पोलीसपार्टीच हजर व्हायची. पण इथं? इथं 'भीती'हा शब्दही या मुलांना ठाऊक नसावा.

पहिल्याच दिवशी मी नव्व्द कोपेक्स हरलो. दुसऱ्या दिवशी गमावलेल्या पैशांचं फार वाईट वाटायचं. पण मी मनाची समजूत घालायचो, की आता कुठं सुरुवात आहे. जसा खेळाचा सराव होईल, तशीच हार-जितीचीही सवय होऊन जाईल.

अखेर एक दिवस असाही उजाडला, की खेळता खेळता सहजगत्या मी बाजी जिंकूनही गेलो.

यानंतर मात्र खेळ रोजच्या रोज सुरू राहिला. खेळणारी मुलं बदलत राहिली. कधी नवशिकेही येत राहिले; पण वाजिकचं स्थान मात्र अढळ आणि वादातीत होतं. त्याच्याशिवाय कुणी खेळणं तर दूरच राहो; पण त्याच्याविना खेळाला कधी सुरुवातही होत नसे.

मी एकदा जिंकलो आणि त्यानंतरही जिंकतच राहिलो. जवळजवळ रोजच. आता माझ्या हातात पैसे खेळू लागले. मला पैसे फारसे नको असायचे. फक्त एक रुबल आणि तो मिळताच मी मैदानातून सटकत असे. नंतर बाजारात जाऊन दूध आणायचो आणि यानंतर जेवण करून लगेच अभ्यासाला बसत असे.

सुरुवाती-सुरुवातीला वाजिक माझ्या जिंकण्याचं काही फारसं मनाला लावून घेत नसे. उलट कधीकधी शाबासकीही मिळायची. शिवाय इतरांना माझं उदाहरणही द्यायचा. म्हणायचा - पाहा, हे असं खेळायचं असतं.

एक दिवस मात्र त्याच्या लक्षात आलं, की मी जिंकताक्षणीच घरी जायची घाई करतो, म्हणून त्यानं मला हटकलंच.

"हे काय, दरोडा घातला की लगेच जायलाच हवं?''

"तसं नाही रे, पण जायला हवं मला.'' मी चुळबुळ करीत उत्तर द्यायचो. "मला अभ्यास करायचाय अजून.''

"हे पाहा, ज्यांना अभ्यासाची काळजी आहे, ती मुलं इथं येत नाहीत.''

दुसऱ्या दिवसापासूनच त्यानं आपला पवित्रा बदलला आणि खेळताना मला सर्वांत शेवटी खेळू द्यायचं, असं त्यानं ठरवलं. तो चांगलाच खेळायचा; पण माझा नेम अधिक अचूक आणि सफाईदार असायचा. कदाचित वाजिकला हेच खटकलं असावं.

त्या दिवशीही मी खेळ जिंकला आणि माझे पैसे गोळा करण्यासाठी निघालो. इतक्यात मी पाहिलं, की मी जिंकलेल्या एका नाण्यावर वाजिक पाय ठेवून उभा आहे. बाकीची सारी नाणी काट्याच्या बाजूनं पडून राहिली.

मी त्याच्याजवळ जाऊन त्याचं पाऊल नाण्यावरून दूर करायला गेलो; पण त्यानं एका धक्क्यातच मला दूर केलं आणि काट्याच्या बाजूनं नाणं मला दाखवलं. माझ्या लक्षात आलं, त्यानं नाण्याची बाजू बदलून टाकली होती.

"हे तू मुद्दाम केलंस. नाण्याची बाजू तूच उलटी केलीस. मी पाहिलंय सारं.'' मी वाद घालू लागलो.

"आणि तू हे नाही पाहिलंस?'' असं म्हणत त्यानं हाताच्या मुठी वळवून दाखवल्या. हा तर सरळसरळ भांडणाचाच पवित्रा होता. मी लगेच गप्प झालो. भांडण मला करायचंच नव्हतं आणि जरी ते वाजिकनं सुरू केलं असतं, तरी कुणी एकही जण माझ्या बाजूनं उभा राहिला नसता. मी मुकाट्यानं पुढं खेळू लागलो.

दुसऱ्या फेरीत मी खेळू लागलो. सोंगटी वर उचलून नेम धरणार, इतक्यात मला पाठीमागून कुणीतरी जोरात ढकललं आणि मी जमिनीवर पालथा पडलो. सारी मुलं फिदीफिदी हसू लागली. त्या पडलेल्या अवस्थेत मी पाहिलं, की मागे एक वाजिकचा दांडगट मित्र उभा होता. मी विचारलं.

"का रे?''

"कुठं काय? मी कुठं काय केलं?''

तत्क्षणी वाजिक खेळण्यासाठी माझ्याकडं सोंगटी मागू लागला. आता मीही चिडलो, का म्हणून? अखेर कशासाठी ही मुलं माझा असा उपहास करीत होती? मीही म्हटलं,

"देत नाही सोंगटी.'' मनातील भीती कुठल्या कुठं पळून गेली. अपमान मला स्वस्थ बसू देईना! तूच माझं नाणं उचलून टाकलंस,'' मी पुन्हा एकदा जोर एकवटून वाजिकच्या दिशेनं ओरडून म्हणालो, कारण आता यानंतर लगेचच

पुन्हा मला पाठीमागून कुणी गुद्दे घातले. एकानं, दुसऱ्यानं आणि मग प्रत्येकानं. मी उठण्याचा फक्त हलकासा प्रयत्न करीत राहिलो. अखेर अतिशय मारानं मी तसाच जमिनीवर पालथा पडून राहिलो.

"चालता हो इथून, जिवंत आहेस तोपर्यंतच." मी उठलो आणि घरची वाट चालू लागलो. थोडासा दूर गेलो आणि टेकाडावर उभं राहून होती नव्हती ती सर्व शक्ती एकवटून ओरडलो.

"तू-च उ-ल-टू-न-टा-क-लंस माझं ना-णं." मैदानात खेळ पुन्हा सुरू झाला होता. मी टेकाडाच्या दुसऱ्या बाजूला आलो अन् तिथंच गवतावर कोसळलो. त्या दिवशी मी जेवढा अपमानित होतो, जेवढा बेचैन होतो, तेवढा दुनियेत कधीच कुणी कष्टी झाला नसेल.

सकाळी उठल्यावर मी आरशात पाहिल, तसा दचकलोच. नाक फुगलेलं आणि सुजलेलं. डाव्या डोळ्याखाली मारानं रक्त एका जागी साचून तिथं काळानिळा डाग पडला होता. अशा एकूण अवतारात शाळेत जायचं? मला प्रश्न पडला. पण जायला तर हवंच होतं. अशा कारणासाठी शाळा बुडवून चालणार नव्हतं.

एक हात डोळ्यावर धरत मी वर्गात शिरलो आणि माझ्या जागेवर जाऊन खाली मान घालून बसलो आणि नेमका नको तेव्हा पहिलाच तास फ्रेंच शिकविणाऱ्या बाईंचा होता, त्या आमच्या वर्गशिक्षिकाही होत्या. त्यामुळे आमच्याविषयी वैयक्तिक आणि तपशीलवार माहिती असणं त्यांच्या दृष्टीनं फार आवश्यक होतं. वर्गात शिरताच हसऱ्या चेहऱ्यानं काहीतरी मिस्कीलपणानं बोलत त्या आमच्यापैकी प्रत्येकाला न्याहाळून घ्यायच्या. त्यामुळं मी एका हातानं दुखरा डोळा व नाक कितीही झाकायचा प्रयत्न केला, तरीही ते त्यांच्या नजरेतून अजिबात सुटलं नाही, हे मला कळलं. कारण सारी मुलं वळून वळून माझ्याकडे पाहू लागली.

इतक्यात आमचं हजेरी बुक उघडता उघडता बाई म्हणाल्या, "आज आपल्यामध्ये कुणी जखमी सैनिकही आहेत." हे ऐकताच वर्गात खसखस पिकली. "काय झालं ते सांगशील का?"

"पडलो मी" पटकन बोलून गेलो. वाटलं, आपल्याला याहीपेक्षा काही दुसरं कारण नक्कीच सांगता आलं असतं.

"अरेरे! कधी पडलास? काल की आज?" मुलं चेष्टेच्या सुरात विचारू लागली.

"हॅऽऽऽहॅ. पडलो म्हणे! मी सांगतो बाई." एवढ्यात काल इतर मुलांबरोबर मैदानात असलेला एक मुलगा म्हणाला, "त्याला सातवीतल्या आपल्या वाजिकनं

चांगला चोप दिला. ही सगळी मुलं पैसे लावून खेळत होती. हा वाद घालायला लागला म्हणून त्याला सगळ्यांनी मिळून खरपूस मार दिला. मी होतो ना तिथं... आणि म्हणे पडलो!''

माझ्या काळजाचा ठोका चुकला. काय हा विश्वासघात! हा काय मुद्दाम सांगतो की काय? याला ठाऊक नाही का, की अशा खेळासाठी शाळेतून माझी हकालपट्टी होऊ शकते म्हणून!

''तास संपल्यानंतर थांब. काही बोलायचंय तुझ्याशी,'' बाईंचे शब्द कानावर पडले.

तास संपल्यावर मी भीतीनं थरथर कापत बाईंची वाट पाहत कॉरिडॉरमध्ये थांबलो. त्या शिक्षकांच्या खोलीतून बाहेर पडल्या आणि मला खुणेनंच वर्गात जायला सांगितलं.

''आज मी जे ऐकलं ते खरं आहे?'' त्वरित विषयाकडे वळत बाईंनी जरा मोठ्यानंच विचारलं. आता मात्र खरंच माझं धाबं दणाणलं; पण पळ काढून कुठे जाऊ शकत होतो! कबुली देऊन मी मोकळा झालो.

''हो, खरं आहे.''

''कितपत जमतं तुला? जिंकतोस की हरतोस?'' काय सांगावं, ते न उमगून मी बुचकळ्यात पडलो.

''अगदी सगळं सगळं सांग, जे काही आहे ते मला कळायलाच हवं.''

''जिंकतो.''

''छान. कमीत कमी तेवढं तरी समाधान आहे. जिंकतोस तर आणि पैशांचं काय करतोस?

''मी विचारलं, तू पैशाचं काय करतोस? काय विकत घेतोस? चॉकलेट्स, पुस्तकं... की खरेदीसाठी साठवून ठेवतोस?''

''नाही, फारसे काही नाहीत. मी फक्त एक रुबल जिंकेपर्यंत खेळतो.''

''फक्त? की आणखी?''

''नाही.''

''फक्त रुबल? रुबलच का म्हणून? आणि त्याचं काय करतोस?''

''दूध विकत घेतो.''

''दूध...?''

नजर वर करून बाईंकडं पाहण्याचं माझं धाडस झालं नाही; पण त्यांचं मात्र माझ्याकडं चांगलंच बारीक लक्ष होतं. माझ्या चेहऱ्यावर माराच्या खुणा होत्या. अंगावर जुना, विटका कोट... त्याच्या बाह्याही लांड्या झालेल्या. माझ्या तुटक्या वहाणाही त्याच्या नजरेतून सुटल्या नाहीत (माझ्यासाठी हिवाळी बूट विकत घेण्यासाठी

त्यानंतरच्या वर्षी आईला आमचं शिवण्याचं मशिन विकावं लागलं होतं.)

"तरीसुद्धा पैसे लावून खेळणं काही बरं नाही बाळ. तू मनात आणलंस, तर तू हे सगळं टाळू शकतोस... ही संगत, ही मानहानी... खरं की नाही?"

मी मान डोलावली.

ती मुलं, त्यांचा खेळ, तो अपमान सारं काही विसरण्याचा मी मनापासून प्रयत्न करू लागलो. वाटायचं, खेळासाठी नवीन मुलं काय, कधीही भेटतील. त्यात काय मोठंसं? म्हणून मी हळूच चोरपावलांनी जवळपासच्या रस्त्यांचा आढावा घेऊ लागलो; पण मनाजोगतं काहीच आढळेना! फक्त तेवढ्या 'त्याच' पटांगणात मुलं जमायची. मी पुन्हा जागेच्या आसपास घुटमळू लागलो. तो घोळका, तो नाण्यांचा खणखणाट आणि स्वच्छ सूर्यप्रकाशात चाललेला तो चोरटा खेळ... अखेर मलाच राहवलं नाही. सारी लाजलज्जा गुंडाळून अखेर मीच पावलं त्या दिशेनं वळवली. समोर वाढून ठेवली होती ती केवळ निर्भर्त्सना आणि उपहास, हे काय मला कळत नव्हतं? पण आपल्याला कुणी धक्के मारून हाकलून दिलं, हे जन्मभर आठवत राहणं चांगलं होतं का? नाहीच.

मला हे पाहायचं होतं की माझ्या परतण्यावर वाजिक आणि त्याचे दांडगट मित्र यांची काय प्रतिक्रिया होते, ते. पण सर्वांपेक्षा मी तिथं परतण्याचं खरं कारण मात्र दुसरंच होतं- उपासमार. मला हवा होता तो रुबल. आता दुधासाठी नाही, तर पाव खरेदी करण्यासाठी आणि तो मिळवण्यचा दुसरा कोणताच मार्ग दिसत नव्हता. चौथ्या दिवशी जेव्हा पुन्हा एकदा रुबल जिंकून मी परत फिरलो, तेव्हा मला पुन्हा एकदा खरपूस चोप मिळाला. पण या वेळेस मात्र थोडक्यात निभावलं. माझा ओठ पुन्हा केवढातरी सुजला आणि कितीही लपवत राहिलो तरी बाईंनी ते पाहिलंच. त्यांनी जाणूनबुजून मला फळ्यापशी बोलावलं आणि फ्रेंच भाषेतील एक उतारा वाचण्यासाठी दिला. मी तर एरवीही तो वाचणं शक्य नव्हतं आणि आता तर बोलायलाच नको. मी थोडाफार वाचू लागताच, घाबरून हातवारे करीत बाई ओरडल्या-

"बस्स! थांबव हा अत्याचार. अरे, हे काय? वाचतोस की...? ते काही नाही. तुझ्याबरोबर वेगळंच बसलं पाहिजे अभ्यासाला."

आता माझ्या नवीनच हालअपेष्टांना सुरुवात झाली. सकाळपासून जीव मुठीत धरून मी शाळा संपण्याची वाट पाहत राही अशासाठी, की बाईंबरोबर अभ्यासाला बसायचा वेळ टाळता किंवा पुढं ढकलता आला तर... ते जिभेला उलटासुलटा व्यायाम देणं नको आणि ती उच्चारांची शिक्षाही नको. नंतर मी पुरता गोंधळून जात असे. बाईंचा तर अव्याहत आणि नकोसा वाटणारा हट्ट, की ही भाषा मला आलीच पाहिजे... पण अखेर ही सजा मला एकट्यालाच का म्हणून?

पण पुढचा धक्का मात्र याहूनही भयानक होता. बाईंची खात्री झाली, की सुटीतला वेळ अभ्यासाला फार कमी पडतो आणि इथून पुढं शाळा सुटल्यावर मी त्यांच्या घरी अभ्यासाला जावं, हेही त्यांनीच सांगितलं. त्या शाळेजवळच राहायच्या. शिक्षकांच्या क्वॉर्टर्समध्ये. त्याच बंगल्यात, दुसऱ्या भागात आमचे हेडमास्तर राहायचे.

पहिल्या दिवशी शाळा सुटल्यावर मी पाय ओढत त्यांच्या घरी जाऊ लागलो. एखाद्या अपराध्यानं वधस्तंभाची वाट चालत जावी, तसा! मी मुळातच इतका संकोची आणि बुजरा होतो, की त्या त्यांच्या सुबक, छोटेखानी घरात मला आणखीनच अवघडून जायला व्हायचं. त्यांच्या घरी जाण्यामुळं माझी भाषा कधी सुधारेल हे शक्यच नव्हतं. कारण बाई घरात इकडंतिकडं हिंडताना मला सारखं काही ना काही विचारत राहायच्या आणि मी आपला बसून राहायचो कोपऱ्यात. कान देऊन ऐकत राहायचो; पण लक्ष मात्र बाईंच्या बोलण्याकडे नाहीतर घड्याळाच्या काट्याकडे. कधी एकदाची ही शिक्षा संपते आणि कधी एकदा आपल्याला घरी जायला मिळतं याची वाट पाहत. बोलता बोलता बाई जवळपास आल्या किंवा जवळून गेल्या, तरी मला गुदमरल्यासारखं वाटायचं. त्या बाई, तो अभ्यास आणि अनावर होत चाललेला मनाचा तो कोंडमारा... सारं कसं केवळ मला कोंडीत पकडण्यासाठी चाललेलं असायचं.

बाईंचं वय असेल त्या वेळेस चोवीस-पंचवीसपर्यंत. चेहरा अतिशय प्रेमळ आणि लाघवी होता. पण तरीही काही वेळेस त्यांच्या चेहऱ्यावर एक करडी छटा जाणवत राहायची. दिवसेंदिवस त्यात रागीटपणाही जाणवू लागला. मला वाटतं, हा सर्वच जातिवंत शिक्षकांचा गुणविशेष असावा. अतिशय प्रेमळ आणि अतिशय दयावंत शिक्षकही प्रसंग पडल्यावर असेच कडक आणि करडे बनत असावेत. आता कबुली देताना कससंच वाटतं, पण तास संपल्यानंतर याच कडक शिक्षिका जेवणासाठी टेबलाजवळ नेऊन बसवायच्या.

माझी अवस्था काय होत असेल, ते मीच बापडा जाणे! भुकेनं कितीही व्याकूळ झालेलो असलो तरी त्यांच्या जेवणाच्या निमंत्रणानं माझी भूक कुठल्याकुठं पळून जात असे. त्यांच्याबरोबरीनं समोर जेवायला बसायचं? छे! छे! भलतंच. काहीतरी निमित्त सांगून हे जिवावरचं संकट मी टाळून नेत असे. बाई माझ्याकडे एकटक बघत राहायच्या. कधी आश्चर्यानं, तर कधी नाराजीनं. पण मला बळेबळे रोखून धरणं किंवा जेवायला लावणं त्यांच्या शक्तीबाहेरचं काम होतं. असं काही वेळेस लागोपाठ घडल्यावर बाईंनी माझा नाद सोडला आणि मीही सुटकेचा निःश्वास टाकला.

एक दिवस काय झालं, मला कुणीतरी वर्गात येऊन निरोप सांगितला, की खाली माझ्यासाठी काहीतरी पार्सल आलं आहे. तास संपेपर्यंत कसाबसा दम

काढला आणि नंतर तीरासारखा धावत खाली गेलो. तिथं कोपऱ्यात, पांढऱ्या कपड्यात गुंडाळून शिवलेलं एक लाकडी खोकं होतं. मला नवल वाटलं. या वेळेस आईनं हे खोकं कसं काय पाठवलं? नेहमी तर गोणपाटाच्या पिशवीतून पाठवते. कदाचित हे दुसऱ्याचं कुणाचं सामान तर नव्हे? पण नाव, इयत्ता इ. माहिती तर माझीच होती. माझी आई शहरातील शिकलेल्या लोकांप्रमाणे खोक्यातून खाऊ कधीपासून पाठवू लागली?

आत काय आहे ते पाहिल्याशिवाय खोकं घरी नेणं बरं दिसलं नसतं. शिवाय, तेवढा धीर तरी कुणाकडं होता? त्यात बटाटे नव्हते, हे तर नक्कीच. मी त्वरित जिन्याखाली धाव घेतली आणि तिथला हातोडा घेऊन अखेर खोकं उघडलं. बघतो तर काय? वर शुभ्र कागदात गुंडाळलेल्या शेवया. शाब्बास माझ्या आईची! हे माझ्या दृष्टीनं श्रीमंत पक्वान्नच होतं. आता कळलं. आईनं खोक्यात सामान का भरलं ते! इतक्या ताज्या, कुरकुरीत शेवया मोडल्या जाऊ नयेत म्हणून, मी लगेच तिथंच बैठक मारून त्या कच्च्या शेवयांवर ताव मारायला सुरुवात केली. खाता खातो एकदम ठसका लागून थांबलो. अरे, पण या शेवया आईनं कुठून मिळवल्या असाव्यात? आमच्या घरात तर इतक्या वर्षांत कधी पाहिल्याही नव्हत्या मग खट्टू होऊन मी त्या बाजूला सारून खोक्याच्या तळाशी आणखी काय ठेवलेलं होतं त्याचा शोध घेतला, तर तिथं एका पुड्यात काही मिठाई आणि माझ्यासाठी एक औषध ठेवलेलं होतं. रक्तातील हिमोग्लोबिनचं प्रमाण वाढविण्यासाठी. आता मात्र माझी पक्की खात्री पटली. हे काम तर नक्कीच आईचं नव्हतं. मग हे कुणाचं बरं काम असावं? याचा छडा लावायलाच हवा होता. मला अगदी चैन पडेना!

मी खोक्याचं झाकण पुन्हा बंद करून ठेवलं आणि ते बाजूला खिडकीपाशी ठेवून दुसऱ्या मजल्यावर शिक्षकांच्या खोलीपाशी जाऊन उभा राहिलो. दार ठोठावलं. बाई घरी निघून गेल्या होत्या. काही हरकत नाही. घरी जाऊन भेटू म्हणजे एकूण असा प्रकार आहे तर! घरी जेवत नाही म्हटलं म्हणून का ते खाद्य पदार्थ मला घरपोच पाठवायचे? तेही पार्सलनं? ते काही चालायचं नाही. दुसऱ्या कुणाचं हे काम असणं शक्य नव्हतं. आईचं तर नक्कीच नाही. तिनं कमीत कमी एक बोटभर चिठ्ठी तरी पाठवलीच असती.

मी जेव्हा खोक्यासहित बाईंच्या घरात प्रवेश केला, तेव्हा त्यांनी असा काही चेहरा केला, की जणू आपण त्या गावचेच नाही.

मी त्यांच्यासमोर खोकं नेऊन ठेवताच त्यांनी गोंधळून जाऊन विचारलं, "हे काय, काय आहे त्या खोक्यात? इथं कशाला आणलंस?"

"हे तुमचंच खोकं आहे."

"माझं कसं? कशाबद्दल बोलतोस तू?"

"तुम्हीच पाठवलं हे पार्सल शाळेत. मला माहीत आहे, तुम्हीच."

त्या एकदम गोऱ्यामोऱ्या झाल्या. गोंधळून गेल्या. मला वाटतं, आजवरच्या आमच्या भेटींपैकी हा एकच क्षण असा होता, की जेव्हा मी त्यांच्या नजरेला नजर देऊन पाहू शकत होतो. आज प्रश्न विचारणाऱ्या बाई नव्हत्या, तर त्यांचा विद्यार्थी होता आणि त्यांच्या लाडक्या फ्रेंच भाषेत नाही, तर आमच्या मातृभाषेत-रशियनमध्ये. द्या म्हणावं, आता काय उत्तर द्यायचं ते.

"पण हे मीच केलं, असं तुला का वाटतं?" बाईंनी विचारलं.

"कारण या शेवया माझ्या आईनंसुद्धा बघितल्या नसतील. आमच्या गावात अशा कध्धी नसतात आणि औषधही नसतंच मुळी!"

"काय सांगतोस? खरंच नसतं?" म्हणजे आता बाईंनी उघड उघडच कबुली दिली होती. शेवया, औषध आमच्या गावात नसणं, ही गोष्ट त्यांनाही अशक्य कोटीतील वाटत असावी.

"खरंच, हे मात्र मला माहीत नव्हतं. कसं काय लक्षात नाही आलं कुणास ठाऊक!" त्यांनी माझ्याकडे तिरक्या नजरेनं पाहत एक प्रदीर्घ उसासा सोडला.

"रागावू नकोस रे. तुझ्यासाठी चांगलं काहीतरी करावं असं फार होतं मनात. मला काय माहीत, या शेवया असा दगा देतील म्हणून? जाऊ दे. झाल्या प्रकारापासून धडा घेईन मी. पण हा खाऊ मात्र तू जरूर घेऊन जा घरी."

"नाही. ते मात्र मला जमायचं नाही." मी त्यांचं बोलणं अर्धवट तोडत म्हटलं.

"घे ना. असं काय करतोस? तू नेहमी अर्धपोटी राहतोस, मला काय माहीत नाही? माझं काय, मी तर एकटीच राहते. पैसेही मला पुरेसे मिळतात. मी जरुरीपेक्षा जास्त खातही नाही."

"पण माझं पोट भरलेलंच असतं."

"कशाला थापा मारतोस? तुझ्या घरमालकीणबाईंशी बोलले मी. कुठं बिघडलं, एखादा दिवस तू मनासारखं जेवलास तर? तुझ्यासाठी काहीच करायचा मला अधिकार नाही का? पुन्हा नाही मी पाठवणार, पण आज मात्र नाही म्हणून नकोस. तुला अजून खूप शिकायचं आहे ना? मग तू भरपूर जेवायला हवंस."

त्यांच्या या मृदू आवाजानं माझा निर्धार ढळेल की काय, अशी भीती मला वाटू लागली. इतक्या प्रेमळ शब्दांच्या माऱ्यानं मला पेंग येऊ लागली. मानेनंच नकार दर्शवत मी अखेर दाराबाहेर सटकला एकदाचा.

पण आमचे तास मात्र इथेच थांबले नाहीत. मी त्यांच्या घरी जातच राहिलो.

त्यांनीही माझ्या अभ्यासाचं चांगलंच मनावर घेतल्याचं दिसत होतं. मीही नेटानं शिकू लागलो. थोडीफार सुधारणाही दिसू लागली.

पुन्हा कधी त्या पार्सलचा विषय निघाला नाही आणि मीही सावध राहिलो. वाटायचं, कुणास ठाऊक, पुन्हा कधी त्यांच्या मनात माझ्यासाठी काही करावंसं वाटलं तर! एक मात्र मला अनुभवानं ठाऊक झालं होतं, की पहिल्याच प्रयत्नानं एखादी गोष्ट नाही जमली, तर माणूस या ना त्या मार्गानं आपलं ईप्सित साध्य करण्याचा प्रयत्न करीत राहतो. तसंच त्यांच्या तर मनात नाही ना येत?आलं तर आलं, आता मी काही पहिल्यासारखा असहाय आणि भित्रा मुलगा राहिलो नव्हतो. कधी कधी मीही बाईंना प्रश्न करायचो किंवा धिटाईनं पुढे होऊन त्यांच्याशी वाद घालत राहायचो.

एक दिवस मला वाटलं, आता घरी अभ्यासाला जायची जरुरी नाही. आवश्यक ते शिकून झालं होतं आणि राहिलेलं नंतर सरावानं आत्मसात करत आलं असतं. पण हे आपणहून सांगायचं धाडस काही मला होईना! कारण त्यांच्या दृष्टीनं फ्रेंच भाषेत मी अजूनही बराचसा कच्चा होतो. सक्तीनं, सरावानं आणि बाईंच्या सहवासानंही ही भाषा मला गोड वाटू लागली होती.

मी एकटा असतानाही वाचन-मनन करू लागलो. कधी नवीन शब्दांची ओळख, तर कधी नवीन उताऱ्यांचं वाचन. अशा रीतीनं शिक्षेचं रूपांतर मोठ्या आनंददायी अनुभवात होऊ लागलं. कुठंतरी अहंकारही डिवचत होताच. जे जमत नाही, ते जमायलाच हवं, जे येत नाही, ते कसं येत नाही? आज नाही तर उद्या. अगदी हुशारांतील हुशार मुलालाही मी अगदी सहज मागं टाकू शकलो असतो.

यानंतर काही दिवस असेच निघून गेले. एक दिवस बाईंनी मला विचारलं, "आता पहिल्यासारखा पैसा लावून खेळत नाहीस वाटतं? का खेळता कुठंतरी कोपरा गाठून?आता या दिवसांत कसं काय खेळता तुम्ही? कसा खेळता ते सांगशील मला? "

"तुम्हाला कसं म म माहीत....." मी सावध होत चाचरत विचारलं.

"असंच. सहज विचारलं. मज्जा म्हणून. आम्हीही लहानपणी असा खेळ खेळायचो. म्हटलं, विचारावं हा तोच खेळ की दुसरं काही? "

"म्हणजे.....नै....तसं नाही..... "

"सांग रे सांग. अगदी भिऊ नकोस. "

मी कशाला भिऊ, असं म्हणत हो - नाही करत मीही सरळ सांगून मोकळा झालो.

"नाही, नाही. हा नाही, आम्ही दुसरा खेळ खेळायचो."

मी कान टवकारून ऐकू लागलो.

"हे पहा " असं म्हणत टुणकन् शाळकरी मुलीसारखी उडी मारत त्या आपल्या पर्सकडं धावल्या. त्यातून काही नाणी काढली आणि मला भिंतीपाशी बोलावलं.

"आता नीट ऐक लक्ष देऊन. मी हे नाणं भिंतीवर नेम धरून मारते. नाणं फेकताच भिंतीवर आदळून घरंगळत बाजूला जाऊन पडलं पाहिजे. इतकं, की एका हातानंच तुला ती दोन्ही उचलता आली पाहिजेत. जर उचलू शकलास, तर डाव तुझा. तू जिंकलास. कर सुरुवात."

मी नाणं उचललं, पण नेम चुकला. बाईंनी मला पुन्हा एकदा डाव खेळू दिला.

"पण ध्यानात घे, की जर नंतर माझं नाणं तुझ्या नाण्याला पुसटसं घासून जरी गेलं तरी माझा दुहेरी विजय. मला दुहेरी डाव मिळायला हवा. कळलं तुला? "

"हो. त्यात न कळण्यासारखं काय आहे? "

"ठीक तर मग. खेळू या ना? "

आता मात्र कमाल झाली. चकित होण्याची पाळी आता माझी होती.

"पण मी....? तुमच्याबरोबर कसा काय खेळू? "

"का? त्याला काय झालं? "

"पण तुम्ही तर..... माझ्या शिक्षिका आहात ना? "

"असले म्हणून काय झालं? शिक्षिका म्हणजे कुणी वेगळा माणूस असतो का? अरे, आम्हाला पण कंटाळा येतो त्याच त्या कामाचा. सारखं शिकवायचं, शिकवायचं आणि शिकवायचं. शिक्षकानंही एक समजून घेतलं पाहिजे, की शिकवणं हे केवळ काही काळापुरतं. राहिलेल्या वेळात त्यालाही शिकता येईल असं बरंच असतं. तुला नाही वाटत? मी लहानपणी भारी हूड होते. माझे आई-वडील अगदी दमून जायचे मला सांभाळता सांभाळता. आताही मला वाटतं, कुठं तरी धावत जावं, थोड्या उड्या माराव्यात. काहीतरी असं करावं, की जे आपण आपल्या मनासाठी करतो. कुणी आखून दिलेल्या वेळापत्रकासाठी नाही. मी तर शक्य असतं तर अगदी रोजच्या रोज मनसोक्त दंगा केला असता, पण ते तर शक्य नाही. कारण शेजारच्याच घरात भिंतीपलीकडे आपले हेडमास्तर राहतात. ते तर अतिशयच कडक स्वभावाचे. आपण हा खेळ खेळतो, हे त्यांना चुकूनही समजता कामा नये."

"पण आपण कुठं काही खेळलो? तुम्ही तर मला नुसतं दाखवलं, काय खेळायचं ते."

''तसं नाही रे. म्हणजे आपण खेळायचं. पण असंच गंमत म्हणून. पण बघ, हेडमास्तरांना काही सांगू नको यातलं. नाहीतर.... ''

अरे देवा! हा कोण दिवस दाखविलास? अगदी काही दिवसांपूर्वी मी कोण घाबरलो होतो, की आपण हा खेळ खेळतो म्हणून. आज ना उद्या शिक्षेसाठी बाईच आपल्याला हेडमास्तरांपुढं उभं करतील म्हणून आज हे मी ऐकतो तरी काय?

''मग काय ठरलं? खेळायचं ना? पाहू या तरी खेळून. आवडला तर आवडला. नाहीतरी तिथंच थांबवू.''

खरंच सांगतो, मी तर पुरता भेदरलो होतो. तरीदेखील बोलून गेलो,

''चालेल.''

''कर तर मग सुरुवात.''

खेळ सुरू झाला. बाईंना खेळताना पाहून वाटलं या कधीतरी पूर्वी चांगल्या खेळणाऱ्या असाव्यात. मी हळूहळू खेळाची माहिती करून घेत होतो. नेम कुठे धरायचा, किती उंचीवरून आणि किती जोरात नाणं फेकायचं, वगैरे. माझा नेम प्रत्येक वेळेस चुकत होता. जर का पैसे लावून खेळलो असतो, तर घटकेत पुरता कर्जबाजारी होऊन गेलो असतो. खेळ तसा अवघड नव्हताच. तरीही माझी अवस्था बिकट होण्याचं मुख्य कारण म्हणजे आपण आपल्या बाईंबरोबर खेळत आहोत, हा विचार काही मला चैन पडू देत नव्हता. हे त्यांच्याही लक्षात आलं असावं. काही वेळ जाताच त्या म्हणाल्या ''हे काही खरं नाही. जर खेळायचंच, तर शास्त्रशुद्ध खेळ हवा. नाहीतर हे काय; लहान मुलांच्या सोंगट्या खेळाव्यात तसं.''

''तसं असेल तर मग पैसे लावूनच खेळावं लागेल.'' मी चाचरत आठवण करून दिली.

''अर्थातच. नुसतं खेळण्यात काही मजा नाही. पैसे लावून खेळायचा खेळ पैसे लावूनच खेळला पाहिजे. त्याला चांगल्या व वाईट दोन्ही बाजू आहेत. आपण दोघं अगदी नाममात्र शुल्क ठरवू. नक्की खेळ रंगत जाईल.''

मी गप्प राहिलो. यावर आता काय भाष्य करायचं, ते न समजून.

''तू काय खरंच घाबरतोस की काय? ''

''मी? मी कशाला घाबरू?''

माझ्याकडं थोडीफार चिल्लर होती. ती बाहेर काढली. बाईंचं नाणं बाईंना परत दिलं.

खेळाला नव्यानं सुरुवात झाली. आम्ही आतून उठून बाहेर आलो.

बाई मात्र खेळताना फारच दंगा करीत होत्या. आरडाओरडा तर करत होत्याच, शिवाय अधूनमधून टाळ्याही पिटायच्या. कधी मला वाकुल्याही

दाखवायच्या. थोडक्यात सांगायचं तर एखाद्या शाळकरी मुलीसारख्या! शिक्षिकेसारखं वागणं तर मुळीच नव्हतं. खूपदा मलाच वाटायचं, आपणच यांच्यावर जोरात ओरडून विचारावं, की, चाललेला हा एकूण प्रकार काय आहे?

पण दर वेळेस जिंकायच्या मात्र त्याच. बघता बघता माझं देणं ८० कोपेक्स पर्यंत जाऊन पोचलं. कसंबसं कमी करत ते तिसापर्यंत आणत होतो, पण एवढ्यात बाईंनी दुहेरी डाव जिंकला. कर्ज अधिकच फुगत गेलं.

आता मात्र मला कापरं भरलं. खेळ संपल्यावर हिशेब करायचा असं आमचं ठरलं होतं. पण त्या जर अशाच जिंकत राहिल्या तर....? त्या हिशोबात काही अर्थच उरला नसता. कारण माझ्याकडे तर जेमतेम एक रुबल राहिला होता.

एवढ्यात माझ्या लक्षात आलं, की बाई मुद्दाम हरण्याच्या प्रयत्नांत गुंतलेल्या आहेत. जाणूनबुजून बोटं वाकडं धरायच्या, किंवा भलतीकडे नाणं भिरकावून तरी द्यायच्या. हे काही मला रुचलं नाही. मी उठून उभा राहिलो.

"हे काय, अशानं मी नाही हं खेळणार. तुम्ही चुकीचा नेम कशासाठी धरता? मी जिंकावं म्हणून?"

"नाही रे, जमेना बघ नाणी पकडायला! कदाचित बोटं कंटाळून गेली असतील."

"न जमायला काय झालं? "

"ठीक. आता पाहते. जमत राहील." त्यांची ही चतुराई माझ्या प्रत्येक वेळेस लक्षात येत रहायची आणि त्याही आपल्याला काही ठाऊकच नाही, अशा मुद्रेने पुढं खेळत राहायच्या.

छान! म्हणजे या शिक्षिका म्हणायच्या तर. त्यांनी मला खेळात फसवू नये, मुद्दाम माझा फायदा करून देऊ नये, म्हणून मलाच त्यांच्यावर सतत पाळत ठेवायला हवी होती. हे मात्र फारच झालं.

आता अभ्यासासाठी वेळ फारच कमी मिळत होता. कारण हे 'नवीन तास' सुरू झाले होते. एकदा-दोनदा हरल्यानंतर मी जिंकू लागलो. सतत जिंकत राहिलो. पुन्हा हातात पैसे खेळू लागले. पुन्हा मी बाजारात जाऊन दूध-पाव आणू लागलो. बाईंकडून पैसे घेताना मला कसंतरीच वाटायचं. पण मीच मनाची समजूत घालायचो, की ही सचोटीची कमाई आहे. मग का वाईट वाटावं? खेळाचा प्रस्तावही त्याच मांडायच्या. आपणहून तर कधी विषयही नाही काढला. पण एकूण बाईंना हा खेळ आवडत असावा. त्या आनंदी दिसायच्या, हे पाहून मलाही बरं वाटायचं.

खेळ संपल्यावर एकमेकांसमोर गुडघ्यावर उभं राहून आम्ही हिशेब करायचो. एक दिवस असाच आमचा हिशोबावरून वाद सुरू झाला. त्या मला मुद्दाम

जास्त पैसे देऊ लागल्या म्हणून आम्ही आरडाओरडा करू लागलो. अगदी चढाओढीनं हसणं, किंचाळणं, हातवारे करणं, हे सतत वाढत्या क्रमानं चालू राहिलं. एवढ्यात, कानांवर कुणाचा तरी संतापानं धगधगत असलेला आवाज पडला. कुणी बाईंना हाक मारत होतं.

आमची बोबडी वळली. दरवाजात आमचे हेडमास्तर उभे होते.

"बाई, तुमचं काय चाललंय? काय प्रकार आहे हा मला सांगाल? "

अगदी शांतपणानं आपली धांदल लपवीत बाई उभ्या राहिल्या आणि म्हणाल्या, "मला वाटतं, आत येण्यापूर्वी तुम्ही दारावर टकटक करायला काहीच हरकत नव्हती."

"टकटक? अहो, मी किती वेळा दार 'वाजवत' उभा आहे; पण तुमचं लक्ष कुठं होतं? मी या शाळेचा मुख्याध्यापक म्हणून तुम्हाला विचारतो, तुमच्या या वागण्याचा अर्थ काय? "

"तुम्ही बघताच आहात. आम्ही पैसे लावून खेळत होतो." बाई कमालीच्या शांतपणानं म्हणाल्या.

"आँ? पैसे लावून? आणि या.....याच्याबरोबर?"

त्यांनी माझ्याकडं बोट दाखवून विचारताच मी तिथून सटकलो, आणि पार्टिशनमागे जाऊन उभ राहिलो.

"तुम्ही विद्यार्थ्यांबरोबर खेळत होता. बरोबर? "

"अगदी बरोबर."

आता हेडमास्तरांचं बोलणं चाचरत होऊ लागलं.

"या तुमच्या वागण्याला मी काय म्हणू? अहो, हा महाभयंकर गुन्हा आहे. आजवर वीस वर्षांत खूप तऱ्हा पाहिल्या शिक्षकांच्या; पण हा असला नमुना...." असं म्हणत भ्रमिष्टासारखे हातवारे करत हेडमास्तर बाहेर पडले.

त्यानंतर अवघ्या तीन दिवसांतच बाईंना शाळा सोडावी लागली. जाण्यापूर्वी त्या मला भेटल्या. घरापर्यंत पोचवायला आल्या.

"मी माझ्या जन्मगावी परत चालले. पण तू मात्र पूर्वीसारखाच अभ्यास कर. तुला कुणीही, कसलाही अपाय करणार नाही. चूक माझीच आहे. तू मात्र मन लावून शिकत राहा." एवढं बोलून त्यांनी माझ्या डोक्यावरून हात फिरवला आणि निघून गेल्या.

पुन्हा त्या मला कधीही भेटल्या नाहीत. एक दिवस असंच हिवाळ्यात माझ्या नावाचं एक पार्सल आलं. त्यात पुन्हा तोच सारा खाऊ वरच्या घडीत ठेवलेला. वर - खाली पाहिलं, तर तिथं तीन भलीमोठी फळं ठेवलेली होती. ताजी, लालबुंद आणि रसरशीत.

ही सफरचंद असावीत. नक्कीच, ही सफरचंदंच होती. आजवर ही फळं केवळ चित्रातच पाहिली होती. पण ते अखेर चित्रच. सुंदर दिसलं, तरी निर्जीव वाटणारं.

आणि ही फळं किती जिवंत वाटत होती! कोण तजेला, कोण लाली होती त्यांच्यावर! हातात धरताच प्रत्येक आठवणीचा आरसा होत राहिला. त्यात प्रतिमाही अनेक उमटत राहिल्या. खूप ओळखीच्या, जवळच्या वाटणाऱ्या.....

मी पाहिलं, आईनं खेडेगावातून शहरात शिकायला पाठवलेला कुणी लहान मुलगा... त्याच्या बरोबरीनं वाट दाखवत चालणाऱ्या कुणी बाई होत्या.... आईच्या मायेनं जेवू घालणारं, तर कधी खाऊ पाठवणारं कुणाचं मोठं मन होतं आणि मित्राच्या प्रेमानं पाठीवरून फिरणारे कुणाचे हातही होते!

आरसे हेलकावत राहिले, प्रतिमा उमटत राहिल्या, आणि एकमेकांत विरूनही जात राहिल्या.

■

अलेक्सेइ तलस्तोइ (१८८२ (-८३) - १९४५)

सुप्रसिद्ध रशियन साहित्यिक. उमरावांच्या जातकुळीतील बुद्धिवंत प्रतिनिधी, ॲकॅडेमिश्यिन. कथा-दीर्घ कथांना उमराव-दरकदारांच्या जीवनशैलीची पार्श्वभूमी.

'खडतर मार्गानं वाटचाल' (१९२२-४१) - सलग तीन कादंबऱ्यांची प्रस्तुती. त्यात तत्कालीन सामाजिक व राष्ट्रीय विचारसरणीचा पाठपुरावा. १९१७ सालची ऑक्टोबर (बोलशेविक) राज्यक्रांती, ही त्यांच्या दृष्टीनं 'अत्युच्च सत्याचं' प्रतीक होतं. 'पीटर द ग्रेट' ही ऐतिहासिक कादंबरी (१९२९-४५) (अपूर्ण) - समर्थ आणि कठोर सुधारकांवर टीकास्त्र. वैज्ञानिक - कल्पनारम्य कादंबऱ्या - 'एलिता' (१९२२-२३), 'इंजिनिअर गारीनचं साहसकृत्य' (१९२५-२७) असंख्य कथा, कादंबऱ्या, नाटके. १९४६ मध्ये उत्कृष्ट साहित्यासाठी सोव्हिएत सरकारचा मरणोत्तर पुरस्कार.

माणसाच्या आयुष्यात त्याची सत्त्वपरीक्षा पाहणारे, त्याचं नैतिक बल आजमावू पाहणारे प्रसंग हरघडी येत असतात. सैनिकी पेशात वावरत असताना तर शिपाईगडी सतत संकटाच्या किंवा साक्षात मृत्यूच्या सावलीत राहत असतो. अशा वेळेस माणसातील माणूसपण विशेषत्वानं जागं होत राहतं. स्वभावातील, वागण्यातील लहानसहान दोष- दुर्गुणही झडून जात राहतात. सूर्याची असह्य काहिली दीर्घ काल झेलत राहिल्यावर कातडीचे पापुद्रे गळून जात राहावेत, तसेच. आणि मागं उरतं ते त्याचं खरेपण, त्याची सचोटी. अगदी बावनकशी सोन्यासारखी लखलखीत आणि तेजःपुंज. अर्थात प्रत्येक माणसामध्ये या सोन्याचा कस कमी अधिक प्रमाणात दृष्टीला पडतो. प्रत्येकाला वाटत असतंच, की सर्वांनी आपल्याकडे एक चांगला माणूस अन् निष्ठवान मित्र म्हणून पाहावं.

पण माझा मित्र इगोर- अंगावर शिपायाचा पोशाख चढवण्यापूर्वीही माणूस म्हणून लाखच होता. वागणं, बोलणं, राहणं कशाकशातही नावं ठेवण्यासाठी म्हणून जागा नसायची. सर्वांत मोठं श्रद्धस्थान हे त्याचे माता-पिता होते आणि

लेणे सौंदर्याचे

अलेक्सेइ तलस्तोइ

त्यानंतर त्याची मातृभूमी. रशियन माती. शिवाय वडिलांची शिकवणही तशीच होती. ते सांगायचे,

"मुला, जगाच्या पाठीवर कुठेही जा, कितीही मोठा हो, पण या मातीची सदैव आठवण ठेव. रक्तानं रशियन आहेस, हे मात्र कधीही विसरू नकोस."

या इगोरची एक वाग्दत्त वधूही होती. कॅथरिन तिचं नाव. आम्हा सैनिक मंडळींच्या तंबूमध्ये वधू, पत्नी या आणि अशा विषयांवरील चर्चा बऱ्याचदा रंगतात. विशेषतः अशा वेळेस की सरहद्दीवर सभोवताली भयाण शांतता असावी. शिवाय जोडीला दुष्काळाची भीतीहा. इतक्यात कुणीतरी पुढं होऊन गरम चूल पेटवावी, त्यावर कधी खरपूस दाणे भाजले जावेत, तर कधी खमंग भाकरी आणि जेवणाची वेळ साजरी होत राहावी. तोंडी लावणं असावं बढायांचं. कुणी नुसती सुरुवातच करून द्यायचा अवकाश असतो. सुरुवात अर्थातच अशी असते -

"प्रेम कशाला म्हणायचं?"

"प्रेम नेहमी आदरातून निर्माण होत असतं."

"छट्! प्रेम म्हणजे केवळ नित्याची सवय. कारण प्रेम आपण फक्त पत्नीवरच नाही, तर आई-वडील, भाऊ-बहीण आणि मुक्या जनावरांवरही करतो."

"हे मात्र तू काहीतरीच सांगतोस हं! प्रेम म्हणजे असा अनुभव असतो, की माणसामध्ये सर्व चित्तवृत्ती फुलून आलेल्या असतात, अंगात गरम रक्ताचे प्रवाह उसळत असतात, दारूनं बेहोष झालेल्या आणि प्रेमाच्या धुंदीत हरवून गेलेल्या माणसात काही तिळमात्रही फरक नसतो.... "

आणि ही बढाईखोर चर्चा अशीच पुढे चालू राहते. एक तास, दोन, तीन..... कुणी वरिष्ठ अधिकारी येऊन त्यात खंड आणेपर्यंत. कधी या विषयावर त्यांचंही काही ठाम मत असतं. तेही ऐकवलं जातं. अशाच एका चर्चेच्या ओघात इगोर आपलं मन मोकळं करून गेला. त्या दिवशी प्रथमच तो कॅथरिनविषयी बोलला.

"ती फार फार चांगली मुलगी आहे. शिवाय, दिलेल्या शब्दाला जागणारीही!

"ती मला नेहमी सांगते, मी तुमचीच, केवळ तुमचीच वाट पाहीन. जरी एका पायानं परत आलात, तरीही." लढाईतील आपल्या मर्दुमकीची तो कधीच चर्चा करीत नसे; वल्गना तर त्याहूनही नाही. पण त्याच्या शौर्याविषयी त्याचे साथीदार मात्र नेहमीच सांगत राहायचे. भान विसरून लढत राहायचा. तहान-भुकेची, इतकेच नाही, तर जिवाचीही तमा न बाळगता.

आणि एक दिवस...

अशाच धुमश्चक्रीत त्याचं दुर्दैव ओढवलं. एका बॉम्बच्या भीषण स्फोटात त्याचे चारही साथीदार धारातीर्थी पडले. राहता राहिला रणगाडा चालविणारा एक सैनिक. त्यानं पाहिलं, इगोरही खाली कोसळला आहे. जरा जवळ जाऊन पाहिलं तर जिवात

अजूनही धुगधुगी जाणवत होती. त्यानं त्वरित इगोरला आपल्या दिशेला एका बाजूस खेचून घेतलं.

त्वरित उपचार केले गेले आणि इगोर त्या दिव्यातूनही वाचला. स्फोटातील आगीच्या लोळातूनही त्याची दृष्टी कशीबशी बचावली. मात्र... त्याचा चेहरा असा काहीं विद्रूप अन् भेसूर झाला, की काही ठिकाणी तर आतील हाडे ठळकपणाने वरती आलेली दिसू लागली. सतत आठ महिने तो इस्पितळात पडून राहिला. एकापाठोपाठ एक शस्त्रक्रिया होत राहिल्या. नाक, कान, ओठ, पापण्या सारं काही नवं, कृत्रिम बसवलं गेलं. ज्या वेळेस जखमांवरील सर्व पट्ट्या दूर करण्यात आल्या, तेव्हा प्रथमच त्यानं परिचारिकेकडून आरसा मागून घेतला. त्याच्या चेहऱ्याकडे लक्ष जाताच तिनं त्वरित मान फिरवली व हातात चेहरा झाकून घेत रडू लागली. तत्क्षणी आरसा परत देत इगोरनं म्हटलं,

"याहूनही वाईट होऊ शकलं असतं. जगण्यासाठी एवढंही पुरेसं आहे... "

यानंतर मात्र त्यानं पुन्हा कधीही आरसा द्यावा, अशी मागणी केली नाही. एकटाच आपल्या जागी बसून नाक, कान, डोळे चाचपत राहायचा. जणू स्वतःला आपल्या नवीन रूपाची जाणीव, सवय करून देत. वैद्यकीय तपासणीनंतर त्याला सैन्यात कायम ठेवण्यात आलं, पण नागरी सुरक्षा सैनिक म्हणून. इगोर आपल्या अधिकाऱ्यांसमोर जाऊन उभा राहिला अन् म्हणाला,

"मला परवानगी द्या. पुन्हा सैनिकाच्या वेषात आपल्या तुकडीत परतण्यासाठी..."

"पण ते कसं शक्य आहे? तुम्हाला तर अपंग ठरवलं गेलंय."

"तुम्हीच सांगा. मी अपंग कसा? फक्त माझा चेहरा विद्रूप झालाय इतकंच. पण त्यामुळे माझ्या कर्तव्यात तर कुठंच कसूर नाही ना होणार? "

आपलं बोलणं चालू असताना साहेब आपल्याकडे बघायचं टाळत आहेत, हेही त्याच्या नजरेतून सुटलं नाही; पण खिन्नतेनं स्वतःशीच हसत तो गप्प राहिला. अखेर त्याला वीस दिवसांची सुट्टी देण्यात आली.

स्टेशनवर उतरल्यावर त्याला वाटलं, एखादं वाहन पकडावं आणि त्वरित घरी पोचावं. पण दृष्टिपथात कोणतंच वाहन दिसेना आणि अखेर अठरा कोसांचं अंतर पायी तुडवत त्याला जावं लागलं. अजून हिवाळ्याची पकड घट्ट जाणवत होती. वातावरणत रुक्षता, कोरडेपण कसं भरून राहिलं होतं. कानावर येऊन आदळणारा वारा मनाच्या उदासीनतेत अधिकच भर घालत होता. आपल्या गावाच्या वेशीपर्यंत तो येऊन पोचला, तेव्हा उन्हं उतरू लागली होती. आता घर अगदी काही पावलांवरच येऊन ठेपलं होतं. नकळत पावलं थबकली. कोटाच्या खिशात हात घालून तो थांबून राहिला. मनाशी काही ठाम विचार करून तो पुढं चालू लागला. गुडघाभर साचलेले बर्फाचे ढीग तुडवत पुढं जाऊन तो घराच्या खिडकीपाशी जाऊन

उभा राहिला. मिणमिणत्या दिव्याच्या प्रकाशात आई काही काम करत होती. नेहमीसारखेच दिसत होती. शांत अन् प्रेमळ. हालचालीही कशा संथ अन् मोजक्या होत्या. जरा निरखून पाहताच त्याला वाटलं,

"अरेरे! अवघ्या तीन वर्षांत ही किती वयस्क दिसू लागली! आपण तिला रोजच लिहायला हवं होतं. कमीत कमी एक-दोन शब्द तरी. किती वाट पाहिली असेल बिचारीनं. छे! छे! आपलं चुकलंच."

वाटलं, जावं का असंच? आणि बिलगावं का तिला? पण नकोच. कशाला तिला या वयात असं एकाएकी उत्तेजित होऊ द्यायचं?

ठीक तर. मनाचा हिय्या करून त्यानं फाटकाचं दार उघडलं आणि दारापाशी जाऊन टकटक केली.

"कोण आहे रे? "

"मी, कॅप्टन विक्तर."

एवढं बोलताच इगोरच्या काळजात कालवाकालव होऊ लागली. खांदे भिंतीवर टेकत त्या आधारानं कसाबसा उभा राहिला. आज त्याला आपला आवाजच काही केल्या 'आपला' वाटेना! किती चिरका, कठोर आणि अनोळखी वाटत होता त्याला तो आवाज!

"काय हवंय तुम्हाला?" आईनं आतूनच विचारलं.

"तुम्हाला तुमच्या मुलाची खुशाली कळवण्यासाठी आलोय मी. " - विक्तर

हे ऐकताच तिनं दार उघडलं आणि जवळजवळ त्याच्या दिशेनं धावतच जात ती म्हणली,

"काय रे? तू आलास? आणि माझा मुलगा? तो कसा आहे? आणि त्याला का नाही आणलंस बरोबर....? पण, तू आधी आत तर ये ना! ये. बैस असा."

इगोर टेबलापाशी बसला. आपल्याच आवडत्या खुर्चीवर. अगदी त्याचे पाय जमिनीपर्यंत न पोचता मध्येच अधांतरी तरंगत राहायचे, त्या वयापासून. आई जवळच बसून राहिली. त्याला 'हवं-नको' ते विचारत, तर कधी त्याच्या दाट, कुरळ्या केसांतून हात फिरवत. बोलता बोलता इगोरही सांगत राहिला. कधी 'तिच्या इगोरबद्दल' कधी स्वतःबद्दल. तिनं मुलाची जराही काळजी करू नये, तो नेहमीच कसा मजेत, आनंदी असतो, इत्यादी इत्यादी. थोडंफार युद्धभूमीविषयीही सांगितलं आणि न विसरता 'तिच्या इगोरच्या' पराक्रमाविषयीही.

"पण काय रे, तुम्हाला त्या लढाईची भीती नाही का वाटत?" डोळे बारीक करत, नजर त्याच्यावर रोखत आईनं विचारलं.

"होय आई. भीती तर वाटतेच. पण काय करायचं? सवय तर करायला हवी ना! "

एवढ्यात इगोरचे वडील बाहेरून आले. त्यानं पाहिलं आणि पाहतच राहिला. बापरे! किती थकून गेलेत हे! आणि दाढी तरी किती शुभ्र होऊन गेली आहे! ... कुणी पाहुणा समोर बसलेला पाहून दाराशीच थबकले. वहाणा उतरवल्या आणि आत शिरले. इगोरजवळ येऊन त्याच्या हातावरच हात ठेवले. किती ओळखीचा, किती जवळचा आणि आपलासा वाटत होता तो स्पर्श! काही विचारायची त्यांना गरजच वाटली नाही. सैनिकी पोषाखातील पाहुणा समोर बसलेला पाहून दुसरे काय अंदाज बांधता येणं शक्य होतं!

जेवढा वेळ इगोर बसून राहिला व बोलत राहिला, तेवढा वेळ त्याला कुणीच ओळखल्याचं दिसलं नाही. त्यामुळे त्याला आपली ओळख देणं अधिकाधिक अवघड वाटू लागलं, पण सतत मन सांगत राहिलं - असंच, या क्षणी उठावं आणि सांगावं,

"आई, बाबा ओळखा ना तुमच्या या मुलाला. मी इगोर, तुमचा इगोर. हा कुरूप झालेला चेहरा तुमच्याच मुलाचा...नाही का ओळखलं? "

पण उठून बोलण्याचं त्याचं धाडस मात्र झालं नाही.

एवढ्यात वडिलांनी आईला सांगून जेवणाची तयारी करवली. जी काही मीठ-भाकर होती, ती पुढं मांडली. पूर्वी बसायचे, तसेच सारे आजही बसले. इगोरच्या लक्षात आलं, आईचं आपल्या हालचालींकडे कसं अगदी बारकाईनं लक्ष आहे! आपण हात कसा उचलतो, चमचा कसा धरतो, इत्यादी इत्यादी. आईची त्याची नजरानजर होताच तिच्या जिवाची चाललेली तगमग त्याला पाहवेना! अन् नाइलाजानं त्यानं मान दुसरीकडे वळवली.

इकडच्या तिकडच्या गप्पागोष्टी होत राहिल्या. आता हिवाळा सरेल, मग वसंत येईल. एखाद्या अशाच सोनेरी सकाळी या युद्धाचीही सांगता होईल आणि मग......?

"पण मग आमच्या इगोरला सुट्टी कधी मिळणार?"

"तुम्ही काहीच बोलला नाहीत. तीन वर्षं झाली त्याला पाहून. आता चांगलाच मोठा झाला असेल. कदाचित मिसरूडही फुटलं असेल. का रे, वित्तर, रोजच्या या भयाण दगदगीत त्याच्या आवाजावर तर काही परिणाम नाही ना झाला?"

"येईल, येईल लवकरच तुमचा मुलगा. पण कुणी सांगावं, तो येईल, तुमच्यापुढे येऊन उभा राहील आणि तुम्ही त्याला ओळखणारही नाही."

कुणीच यावर काही बोललं नाही. झोपण्याची तयारी सुरू झाली. झोपण्यासाठी त्याला उबदार जागा करून देण्यात आली. तो भिंतीचा वास, तो जमिनीचा, तो नुकत्याच भाजल्या गेलेल्या भाकरीचा स्वाद आणि ज्याचा अगदी अखेरच्या एकाकी क्षणीही विसर पडत नाही, ते घराचं घरपण. त्याचा डोळा तर लागला नाहीच; पण आईचं चित्त थाऱ्यावर नसल्याचं त्याला सतत जाणवत होतं. रात्रीच्या अंधारात,

सगळीकडे सामसूम असताना ती सतत इकडून - तिकडे येरझाऱ्या घालत होती. मधूनच उसासेही. त्याचं मन आक्रंदत राहिलं...

"आई, खरंच तूही नाही ओळखलंस! अशी इकडे ये. जवळून मला पाहा तरी! आई... आई..."

सकाळी चुलीतील ताज्या लाकडाच्या वासानं जाग आली. आईची न्याहरीसाठी लगबग चालू होती.

"तुला नाचणीची भाकरी आवडते का?" आईच्या प्रश्नानं तो पुन्हा दचकला. काय उत्तर द्यावं, तेच समजेना. खास त्याच्या आवडीचा पदार्थ होता तो. मानेनं रुकार भरत आईसमोर बसत त्यानं विचारलं,

"आई, तुमच्या गावात ती कॅथरिन मलिशेवा राहते का?"

"हो. आता ती आमच्याच गावात शिक्षिका म्हणून काम करते. तुझं काही काम आहे का तिच्याकडं?"

"माझं नाही. पण तुमच्या मुलानं आवर्जून नमस्कार कळवायला सांगितलाय."

आईनं त्वरित तिला बोलावून आणण्यासाठी निरोप धाडला. त्यानं पाहिलं, आईनं रात्रीच आपला सदरा, मोजे धुवून ठेवले होते. बूट स्वच्छ करून ठेवले होते. तो तयार होऊन उभा राहणार, एवढ्यात...

कॅथरिन धावत धावत येऊन हजर आली. इगोरच्या नावाच्या नुसत्या उल्लेखानंच तिचे डोळे लकाकू लागले होते. भुवयांची कमान उंच होत चेहऱ्याला अधिकच आकर्षक करत होती. गालांवरून लालिमा ओसंडून वाहत होता आणि जेव्हा तिचा डोक्यावर बांधलेला रुमाल सुटून खांद्यावर पडला, तेव्हा तर तिची रेशमी, सोनेरी केसांची महिरप पाहून उभ्या जागी इगोरचा धीर खचत चालला. वाटलं, व्हावं का पुढं? आणि फिरवावा का या रेशमी केसांतून हात? त्याची वधू सदैव अशीच त्याच्या नजरेसमोर असायची. साधी, निरागस, प्रेमळ, तजेलदार आणि सौंदर्य तर असं स्वर्गीय की तिच्या केवळ पदस्पर्शानंच सारी झोपडी सोन्याची होऊन जावी.

"तुम्ही इगोरकडून आलात?"

तो एव्हाना पाठमोरा होऊन उभा राहिला होता आणि तोंडातून काही शब्दच फुटत नव्हता, म्हणून खाली मान घालून गप्प झाला होता.

"त्याला सांगा, मी त्याच्या वाटेकडे अगदी डोळे लावून बसले आहे अहोरात्र... त्याचाच ध्यास मला लागून राहिला आहे. अगदी असंच, याच शब्दांत सांगा त्याला," एवढं बोलून ती त्याच्याजवळ आली. त्याच्या चेहऱ्याकडे एक नजर टाकली मात्र, त्वरित दचकून दूर झाली. मग वळली.

हे पाहताच इगोरनं त्याच क्षणी निर्णय घेतला. आजच परत जायचं आत्ताच याच पावली.

न्याहरी करतानाही गप्पा चालू राहिल्या. पण या वेळेस मात्र इगोर खाली मान घालून बसून राहिला. नजरही तशीच झुकलेली राहिली.

वडिलांनी घोडागाडी मिळवण्याची खटपट केली खरी, पण इगोर मात्र पायीच निघाला. जाताना मन अतिशय हताश, उदास झालं होतं. पुनःपुन्हा स्वतःवर चिडत, हातांच्या मुठी आवळत राहिला,

"आता काय करायचं? इथून पुढं काय?"

लवकरच तो आपल्या छावणीत परतला. त्याच्या सोबत्यांनी त्याचं असं काही स्वागत केलं, की गेल्या दोन-तीन दिवसांतील सारा सारा शीण विसरून गेला. अखेर त्यानं मनाशी ठाम निश्चय केला. आई-वडिलांपासून आपण दुःख जेवढं लपवता येईल, तेवढं लपवायचं. राहता राहिली वधू. तिचं काय? तिची छबी मनातून कायमची पुसून टाकायची.

दिवस जात राहिले. दोन आठवडे होतात, न होतात तोच घरून पत्र आलं आईचं.

प्रिय इगोर,

तुला कसं लिहावं, काहीच समजत नाही बघ. आमच्याकडे नुकताच एक माणूस येऊन गेला. तुझा मित्र म्हणून सांगितलं. विक्तर त्याचं नाव. चांगला वाटला; पण चेहरा मात्र फार विद्रूप वाटला बघ. राहतो, राहणार म्हणाला, पण अचानक त्यालाच काय वाटलं, कुणास ठाऊक! ताबडतोब निघून गेला. त्या क्षणापासून जिवाला क्षणभर चैन नाही बघ. मला राहून राहून सारखं वाटत होतं, की तो तूच होतास. तुझे वडील तर माझं ऐकूनही घ्यायला तयार नाहीत. म्हणतात, माझं वय झालं आता अन् म्हातारचळ लागला आहे मला. त्याचं म्हणणं की आपला मुलगा असता, तर कशाला असा गप्प राहिला असता? कुठं बिघडलं चेहरा विद्रूप झाला म्हणून? देशासाठीच लढला ना तो? ते काहीही बोलले, तरी अखेर आईचं हृदय आहे ना! तुझा प्रत्येक हावभाव, हालचाल मला सारखं सुचवत राहिली, की तो तूच होतास. माझा इगोर होतास. तो माणूस रात्री झोपला, तेव्हा मी त्याचे बूट, सदरा स्वच्छ करू लागले, तेव्हा तर मला अगदी राहवेनाच. उभ्या उभ्याच अश्रूंचे पूर लोटू लागले. बाळा, मी तुझ्यापुढे हात पसरते, दया कर माझ्यावर, खरंच सांग, तो माणूस कोण होता? की खरंच माझं डोकं ताळ्यावर नाही?"

- तुझी आई.

इगोरनं हे पत्र मला दाखवलं आणि इतर मित्रांनाही घरी काय काय झालं, त्याचा इत्थंभूत पाढा वाचत राहिला, आणि एकीकडे बाहीनं डोळे पुसत राहिला.

मी म्हटलं,

"पाहा. अशा प्रसंगानं तू आपल्या कुटुंबाच्या अधिकच जवळ आला आहेस. वेडा आहेस तू इगोर. अगदी वेडा. जा. लगेचच आईला पत्र लिही अन् माफी माग तिची. तिला या वयात आणखी मनस्ताप देऊ नकोस. तुझ्या चेहऱ्याशी तिला काय करायचं? अशा रूपातही तिनं तुला ओळखलं, म्हणजे तर ती तुझ्यावर अधिकच प्रेम करू लागेल."

त्याच दिवशी इगोरनं घरी आईला पत्र लिहिलं,

"प्रिय आई, बाबा!

माफ करा मला. मी तुम्हाला एवढा त्रास दिल्याबद्दल खरंच मी तुमचा अपराधी आहे..."

आणि असाच पुढं लिहीत राहिला. एक पान, दोन, तीन...

यानंतर काही दिवस गेले. मी आणि इगोर असेच एक दिवस बोलत उभे होतो. एवढ्यात एका सैनिकानं पळत येऊन इगोरला सांगितलं,

"कॅप्टन, तुम्हाला कुणी भेटायला आलंय."

आम्ही आमच्या छावणीकडे जायला निघालो. इगोर आणि मी तिथं एकत्रच असू. इगोरकडं पाहत होतो, पण पाहवत नव्हतं. त्याला सतत खोकल्याची उबळ येत होती. अस्वस्थतेनं असेल, कदाचित. मी मनाशी म्हटलं,

"वा रे कॅप्टन! तिथं शत्रूपुढं केवढा आव आणतोस? आणि आता?"

छावणीत शिरलो. इगोर पुढं झाला. मी फक्त ऐकत राहिलो.

"आई! तू आलीस? हा मी इगोर. तुझा इगोर."

ती ठेंगण्या बांध्याची वृद्धा त्याच्या भारदस्त आधारानं जवळजवळ कोसळलीच म्हणा ना! वळून पाहतो, तर तिथंच बाजूला दुसरीही एक स्त्री उभी होती.

खरंच सांगतो. पृथ्वीतलावर कैक सुंदर रत्न आहेत म्हणतात. असतील. रूपवान स्त्रियांनाही तोटा नाही. नसेलही. पण विधात्यानं घडवलेलं हे शिल्प केवळ अलौकिक होतं. फार, फार जीव लावणारी ती छबी होती. तीच ती इगोरची वाग्दत्त वधू कॅथरिन असावी.

आईला आपल्यापासून किंचित दूर करीत तो धीमी धीमी पावलं टाकत आपल्या वधूच्या दिशेनं येऊ लागला. त्याची ती चाल, तिच्यातील संयम आणि धीरगंभीरता पाहून मला वाटलं, ही साक्षात रणदेवता तर नव्हे?

"कॅथरिन! तुम्ही...? तुम्ही कशाला त्रास घेतलात येण्याचा? तुम्ही ज्याची वाट पाहायचं वचन दिलं होतं, तो इगोर तर दुसराच होता. तो मी नाही. खरं ना?

तिनं काही उत्तर देण्यापूर्वीच आम्ही तिथून काढता पाय घेतला होता.

पण ते शिल्प बोलू लागलं, ते मात्र सहजच काळजाला भिडत राहिलं.

"असं कसं म्हणता? मी तर उभा जन्म तुम्हाला सोबत करण्याचं वचन दिलं होतं. त्याला मी अखेरच्या श्वासापर्यंत जागेन. खूप जपेन. खूप सांभाळीन तुम्हाला. उदंड प्रेमाचे धनी व्हाल तुम्ही. पण आता मात्र मला अंतर देऊ नका.

आम्ही ऐकता ऐकता दिङ्मूढ होऊन गेलो. वाटलं, अवघ्या चराचराप्रमाणे माणूसही निसर्गाची, प्रभूची निर्मिती आहे. वरवर दिसायला साधीच. नुसत्या हाडामासाची मूर्ती. पण एखादी वेळ अशी समोर येऊन ठाकते, की त्याला केवळ रंगरेखांची किनार असते असं नाही, तर त्या सुंदर लेण्याला साज असतो, माणुसकीचा आणि त्याचा आत्मा असतो असाच निर्मळ, निर्व्याज आणि निःस्सीम प्रेमाचा!...

■

वसीलि शुकशिन् (१९२९-१९७४)

सुप्रसिद्ध रशियन लेखक, चित्रपट दिग्दर्शक, अभिनेता. अनेक सामाजिक, सांस्कृतिक, राष्ट्रीय पारितोषिकांचे मानकरी. अजरामर कथांचे जनक.

'खेडेगावातील माणसं' (१९६३), 'त्या तिथे दूरवर' (१९६८), 'व्यक्तिविशेष' (१९७३) - (कथा), 'ल्यूबाविनी' (१९६५-६७) कादंबरी, 'असा एक तरुण आहे' (१९६४), 'सुंदर कलिना' (१९७४) चित्रपट भूमिका. या साऱ्या व्यक्तिचित्रणात आधुनिक, सामाजिक - मनोवैज्ञानिक पातळीवर मनुष्यस्वभावाचं दर्शन - क्वचित प्रसंगी विक्षिप्त वाटणारी माणसं. पण नेहमी स्वच्छ नीतिमत्तेची व आयुष्याशी इमान राखणारी.

'फ्योदोर नावाची दोन माणसं' (१९५८), 'सरोवराकाठी' (१९७०), 'ते देशासाठी लढले ' (१९७५), 'आपला मुलगा आणि भाऊ' (१९६५), 'विचित्र माणसं' (१९६९) इ. त्यांच्या भूमिका असलेले व त्यांनी दिग्दर्शित केलेले प्रमुख चित्रपट.

शिवारं जशी डोलू लागली, तशी सारीकडे लगबग जाणवू लागली. सुगीचा हंगाम ऐन उंबरठ्यापर्यंत येऊन पोचला. या कामासाठी दर वर्षी तरुण, उमदी माणसं बोलवली जायची. यंदा अशाच कामासाठी येऊन दाखल झालेल्या माणसांत एक माणूस सर्वांच्याच नजरेत भरत होता. पाशका त्याचं नाव. पेशा होता गाडी चालविण्याचा. फार देखणा काही म्हणता यायचं नाही; पण त्याच्या बाबतीत असं काहीतरी होतं, की त्याला टाळून कुणी पुढं जाऊच शकायचा नाही. मूळचा राहणारा कुण्या दूर गावचा होता आणि या भागात तो कसा येऊन पोचला, त्याची कहाणी अशी -

या गावचं नाव होतं बिस्त्रयानका. तेथील एक स्थानिक अधिकारी येरमलाई शहरातून घरी परत येत होता- स्वतःच्याच गाडीनं. येताना वाटेत अगदी आडबाजूला गाडी बंद पडली. बाजूनंच दुसरी गाडी निघाली होती.

...केली पण प्रीती

वसीलि शुकशिन्

त्या ड्रायव्हरनं कुतूहलानं विचारलं, ''कुठं जायचं तुम्हाला?''

''बिस्त्रनायकापर्यंत.''

''असं होय? आणि सल्तोम त्याच्यापुढं आहे, की अलीकडं?''

''अगदी जवळच. का बरं?''

''बसा आत गाडीत. पोचवतो तुम्हाला, पण रस्ता मात्र तुम्ही दाखवायलाच हवा.''

''हरकत नाही. चला.''

येरमलाईनं जरा निरखून पाहताच त्याच्या ध्यानात आलं, गडी कसा बेफिकीर वाटतो. अगदी आरामात बसला आहे. शिवाय वाहनालाही चांगलाच रुळलेला दिसतो. म्हटलं तर तंद्रीत स्वतःला हरवून जाणारा, म्हटलं तर एवढ्या अवजड वाहनाला नमवून मनासारखं वळवणारा. आपल्याकडे कुणाचं लक्ष लागून राहिलं आहे, हे कळताच ड्रायव्हरनं गाडी जोरात हाकली. वेगमर्यादा कधीच ओलांडली होती. येरमलाई दचकला. त्यानं धास्तावून विचारलं,

''काहो, अजून कधी कपाळमोक्ष व्हायची वेळ नाही का आली?''

''कपाळमोक्ष? छ्या! भीती तर कधी स्वप्नातही नाही आली.''

''वाहन चालवताना सर्वांत महत्त्वाचं काय असतं, आहे माहीत? चालवणाऱ्याच्या चेहऱ्यावर हसू पाहिजे. प्रसन्न आणि मनमोकळं ''

''मला वाटतं, चालकानं तोंडाला लगाम घालणं, हे अधिक महत्त्वाचं नाही का?'' येरमलाईची भीती अजूनही कमी झालेली नव्हती.

''नाही, नाही. चुकलात तुम्ही.'' असं म्हणून ड्रायव्हरनं सिगारेट हुडकण्यासाठी दोन्ही खिशांत हात घातले. वेग तसाच आणि बेफिकिरीही तीच. शेजारचा नवा प्रवासी गर्भगळित झाला आहे, हे त्यानं हेरलं. येरमलाई अवघडून गेला. असं बेलगाम वर्तन नजरेआडच असलेलं बरं, म्हणून त्यानं मान फिरवली.

इतक्यात गाडीनं एक जबरदस्त हादरा दिला. येरमलाईनं एका हातानं गाडीचा दरवाजा गच्च धरून ठेवला आणि प्रश्नार्थक मुद्रेनं ड्रायव्हरकडं पाहिलं.

''काय विचार आहे, अं?''

''विचार? काही नाही बुवा. मला वेग आवडतो. एकच वेड - वेग. वेग हवा आयुष्यात.''

येरमलाईनं पुन्हा एकदा निरखून पाहिलं. पुन्हा त्याला या माणसातील बेफिकिरी आवडून गेली. तो एकेरीवर आला.

''का रे, सल्तोममध्ये कशासाठी चाललास?''

''असंच. काही कामानिमित्त पाठवलं. म्हणून निघालो आहे.''

''कापणीसाठी तर नव्हे?''

"हो. त्याचसाठी. हातभार लावायला हवा."

आता येरमलईतील धूर्त अधिकारी जागा झाला. त्यानं हातातली सिगारेट शिलगावली. डोक्यात काही विचारचक्रं सुरू झाली. त्यानं ठरवलं, हा गडी आपल्याला हवा. काहीही झालं तरी. कितीही मोल द्यावं लागलं तरी आणि हवा म्हणजे हवाच.

"पण तुला खुद्द सल्तोममध्ये जायचं की आणखी कुठं?"

"जरा आतवर. ते लिस्तव्यान्का खेडं आहे ना, तिथं. फार सुंदर परिसर आहे, असं ऐकलंय."

"तुझं नाव काय म्हणालास?"

"माझं होय? पाशका."

"पाशका, माझ्याकडं येतोस? कापणीला?"

"तुझ्याकडं? ते कसं काय?"

म्हणजे असं, की ज्या भागात तुला जायचंय, तिथला साहेब माझ्या चांगल्या माहितीचा आहे. म्हणत असलास, तर तुझ्यासाठी शब्द टाकीन. माझ्या परगण्यात मीही तितकाच मोठा माणूस आहे आणि त्या आडगावात जाऊन तू करणार तरी काय? फारच कंटाळवाणा परिसर आहे आणि आमचं गाव म्हणशील, तर अहाहा! किती शांत आणि सुंदर ठिकाण! जिकडं पाहावं, तिकडं दृष्टी कशी सुखावत राहते!"

"मी समजलो नाही. पण माझ्या कागदपत्रात तर... गावही दुसरं. आणि..." पाशका.

"त्याच्याशी तुला काय करायचं? मी तुझ्यासाठी अगदी तशीच कागदपत्रं तयार करवून घेतो. शिवाय, तू काम केल्याचं प्रमाणपत्रही मिळेल. सारं काही नियमाबरहुकूम. मला माझ्या अधिकारात त्या साहेबाशी बोलणी करणं काही कठीण होणार नाही. याखेरीज, त्याच्याकडं आमचं येणंही बाकी आहे. तेव्हा...?"

"तुमच्या गावात काही क्लब वगैरे...?"

"क्लब? व्वा! आहे तर! "

"मनी उतरलं अन् फत्ते झालं..."

"काय म्हणालास?"

"काही नाही. ठरलं तर मग? जायचं तुमच्याकडे," असं म्हणत पाशकानं येरमलाईच्या हातावर टाळी दिली.

"फारच विनोदी माणूस आहेस तू पाशका"

"विनोदी कसला, हसत राहतो इतकंच. तर मग, क्लब आहे म्हणता?"

"आहे, आहे पाशका. फारच सुंदर क्लब आहे. पूर्वी तिथं चर्च होतं."

“चर्च होतं? व्वा! म्हणजे एकाच दगडात दोन पक्षी मारता येतील. मजा करू आणि प्रभूपुढं गुडघेही टेकू.”

पुन्हा एकदा हास्याचा फवारा उसळला.

आणि अशा रीतीनं येरमलाईबरोबर पाशका बिस्त्रयानकामध्ये येऊन दाखल झाला.

त्याची राहायची सोय येरमलाईनं अर्थातच आपल्या घरी केली होती. लवकरच घरातील सर्वांशी त्याची मैत्री जुळली. येरमलाईची पत्नीही खूपदा हास्यविनोदात सहभागी होत असे. विशेषतः संध्याकाळच्या जेवणाच्या वेळेस.

“बायको कशी पाहिजे येरमलाई? अगदी मनकवडी पाहिजे. नवऱ्याविषयी अगदी बारीकसारीक गोष्टींतही ती जागरूक हवी.” एक दिवस ताटातील गरम जेवणाचा आनंद घेत पाशका म्हणाला.

“बरोबर बोललास मित्रा. अगदी माझ्या मनातलं.” दुजोरा देत येरमलाई म्हणाला, “जिला नवऱ्याचा श्वास, त्याची रोजची चाल ओळखता येत नाही, तिला काय बायको म्हणायचं? समजा, मी थकूनभागून घरी आलो. कसा? अगदी जिवात जीव नाही, असा. तर माझ्यासमोर सर्वप्रथम कोण यायला हवी? ‘ती’ यायला हवी. ‘ती’ दिसायला हवी. हसतमुख, टवटवीत. जर मी तिला म्हणालो, “मी तुझा पाशका. घरी आलोय. तू कशी आहेस?” तर तिनंही म्हणायला हवं “ये पाशका. तुझीच वाट पाहत होते. कसा आहेस?”

“पण समजा, ‘ती’ बिचारी दिवसभरच्या कामानं स्वतःच अर्धी झाली असेल, तर तिनं उसनं अवसान कुठून आणायचं?” येरमलाईची अर्धांगिनी संवादात भाग घेत म्हणाली.

“ते काहीही असो; पण संध्याकाळी नवरा घरी येताच दृष्टीला ताजा गुलाबच पडायला हवा आणि जर का ती मरगळलेल्या, विरजलेल्या चेहऱ्यानं दार उघडणार असेल, तर आपण कशाला घरी यायचं येरमलाई? आपण ताज्या गुलाबाच्या शोधात बाहेर पडणार, खरं की नाही?”

“खरं, अगदी शंभर टक्के खरं.”

येरमलाईनं असं उत्तर देताच पुरुष मंडळी पुनश्च एकवार हास्याच्या कारंज्यात चिंब होऊन गेली. यजमानीणबाईंनी मात्र लटका का होईना, पण राग धरलाच.

दुसऱ्याच दिवशी संध्याकाळी पाशका क्लबमध्ये दाखल झाला. नेहमीसारखाच आनंदी आणि तजेलदार. संपूर्ण नव्या पोशाखात. फक्त नव्या ठिकाणी असल्यामुळं किंचितसा बुजलेला.

तरुण मंडळी नृत्यासाठी जोडीजोडीनं जमू लागली होती. त्यांपैकीच एकाला गाठून पाशकानं विचारलं,

"काहो? तुमच्या गावातील माणसं कशी काय आहेत? " आणि नजर मात्र वेध घेत राहिली, कुणी मनात भरते का एखादी ते पाहावं म्हणून. याशिवाय त्याला हेही जाणून घ्यायचं होतं, की आपल्या येण्याची लोकांनी कितीशी नोंद घेतली आहे.

"ठीक आहेत." त्या तरुणानं उत्तर दिलं. पाशकाचा प्रश्न त्याला आवडला नसावा.

"असं? मग तुझा चेहरा का असा? खेटर मारल्यासारखा?"

"तुला का काळजी त्याची? कुणी नवखाच दिसतोस?"

पाशकानं चेहऱ्यावर गंभीर भाव आणत म्हटलं, "मी होय? मी इथला नवीन सरकारी अधिकारी आहे. तुम्हा मंडळींना सरळ करण्यासाठी तातडीनं माझी नेमणूक झालीय."

"सांभाळून, सांभाळून. नाहीतर तुलाच सरळ करण्याची वेळ आमच्यावर यायची." त्या तरुणानं तिरसटून उत्तर दिलं.

"अरे, छोडो यार! आपल्याला सरळ करणारा अजून भेटायचाय." पाशकानं डोळे मिचकावत म्हटलं आणि बघता बघता नृत्याच्या सुगंधी जमावात मिसळूनही गेला.

तरीही खूप जणांची नजर चाळवली गेलीच. त्या गावाला हा झोक, ही धिटाई आणि ती बेफिकिरी - सारंच नवीन होतं आणि पाशकाही अशा क्षणांचा भोक्ता होताच. आपल्याला सर्वांनी पाहावं, पारखाव- विशेषतः मुलींनी आणि एखादीनं 'पसंती'ची पावतीही द्यावी, असा त्याला ध्यास लागलेला असायचा. वेगाइतकंच त्याला साहसही प्रिय होतं आणि साहसाइतकंच रांगडेपणही. इतकं असलं तरी मनात एकलेपणानं फार बेचैन होत राहायचा. आता हवी होती, ती जोडीदारीण. अगदी मनाजोगती आणि ती दिसताच तो आपणहून तिला थांबवणार होता.

नृत्याची पहिली फेरी संपली, तसे सारे जोडीजोडीनं पांगू लागले.

"ही कोऽण रेऽऽ?" पाशकाच्या तोंडून नकळत प्रश्न उमटला. तो त्या तरुणालाच उद्देशून होता. तो थबकला.

त्या तरुणाला प्रथमदर्शनीच पाशका फारसा पसंत पडला नव्हता. पहिलीच सलामी कुठंतरी चुकली होती. तो काहीच उत्तर न देता निघून गेला.

वॉलट्झ नृत्याला सुरुवात झाली. तसा पाशका उठला आणि निघाला. एक एक अडसर दूर करीत तो त्या रूपगर्वितेपाशी जाऊन उभा राहिला. नास्त्या तिचं नाव. तिच्या अगदी जवळ जाऊन सर्वांना ऐकू जाईल, एवढ्या मोठ्या सुरात बोलला,

"आता, एक निमंत्रण - माझंही. पुढच्या फेरीचं. याचकाला तृप्त करशील ना?"

त्याच्या धिटाईचं साऱ्यांनाच कौतुक वाटलं आणि कुणालाच ते लपवता नाही आलं.

नास्च्या गर्रकन वळली. नजरानजर होताच तिनं आपले हात पाशकाच्या खांद्यावर ठेवले आणि... आणि सुरुवात झाली. गिरकीवर गिरकी. फेरीवर फेरी रंगत गेली.

नास्च्या सुंदर जरी असली, तर नृत्यात तितकीशी गतिमान नव्हती. एक फेरी संपवून दुसरीसाठी पाऊल उचलणंच तिला जरा जाड जायचं, पण पाशका असा मुलखाचा चपळ, त्यातून मनाजोगती साथ मिळालेली. त्याच्या उत्साहाला असं उधाण आलं होतं म्हणता! कित्येक जण चमकून जागीच उभे राहिले. कितीकांचा ठेकाही चुकला, तर कुणी त्याचं नृत्यकौशल्य पाहत पाहत स्वतःचं नृत्य पूर्णतः विसरूनही गेलं. कधी एका झटक्यात तो नास्च्याला फिरून गिरकी घेऊ देई, तर कधी अर्ध्या टाचेवर संपूर्ण शरीराला हेलकावे देत फिरत राही, फिरवत राही. पण प्रेक्षकांना त्यानं पूर्ण जिंकून घेतलं, एवढं मात्र नक्की. विशेषतः शेवटच्या फेरीत नास्च्याच्या बरोबरीनं सर्वांचा निरोप घेत तो जो फिरत राहिला, ते पाहून कधी हेव्यानं, तर कधी कौतुकानं - रसिकांच्या काळजाचं पाणी पाणी होत राहिलं आणि पाशका? त्याची मान ताठ होती. नजर उंच. जणू त्याला म्हणायचं होतं-

"लोकहो, बघता काय! पण बघतच राहा. ही तर फक्त सुरुवात आहे. आणखी काही दिवस जाऊ देत आणि मग दाखवतो हा पाशका म्हणजे एके काळी काय चीज होती ते! "

नास्च्या लाजेनं चूरचूर होऊन गेली. विशेषतः साऱ्या नजरा तिच्यावर रोखल्या गेलेल्या असल्यामुळे खाली मान घालून स्वतःला सावरत राहिली. भानावर येत राहिली.

"चांगलाच बडबड्या दिसतोय की! " नास्च्यानं असं म्हणताच पाशकाची कळी आणखी खुलली. त्याला दुसरं काय हवं होतं? स्तुती तर त्याचा प्राणवायू होता आणि तोही 'अशा' स्त्रीकडून?

"कोण तू? कुठून आलास म्हणायचा? "

"कुठून म्हणजे? अर्थातच मॉस्कोहून." काहीही विचार न करता पाशकानं दिली थाप ठोकून.

"तिथं सगळेच असे असतात की काय? "

"असे? म्हणजे कसे? "

"म्हणजे तुझ्यासारखे. बढाईखोर!"

"मी, आणि बढाईखोर? मला आपल्या अज्ञानाची कीव करावीशी वाटते, बाईसाहेब." पाशका उत्तरला.

ती गप्प झाली. हा फटकळपणा तिच्या परिचयाचा नव्हता.

"तू मला आवडलीस. अगदी मला हवी होती तशीच आहेस. अशाच मुलीच्या मी शोधात होतो इतके दिवस."

"तू फारच चपळ आहेस; फारच, आणि धीटही!" काय उत्तर द्यायचं ते न समजून नास्च्या म्हणाली.

"असेन. पण जे बोललो, ते अगदी मनापासून."

"बोललाही असशील. पण मला काय त्याचं? "

"आज मी तुला घरापर्यंत पोचवायला येतो. ठीक? "

तिनं त्याचं बोलणं हसण्यावारी नेऊन नकारार्थी मान हलवली आणि पाशकानं नेहमीप्रमाणेच अशा नकारांची दखल घेतली नाही.

नृत्याचा समारंभ संपला.

नास्च्याला तिच्या खुर्चीपर्यंत पोचवून, मोठ्या अदबीनं तिचा काही क्षणांपुरता निरोप घेऊन सिगारेटचे काही झुरके घेण्यासाठी म्हणून तो हॉलच्या बाहेर पडला.

तरुणांच्या नजरा तिरक्या झाल्या. त्यांना काही या आगंतुक पाहुण्याचं येणं, वागणं आणि क्षणार्धात प्रेक्षकांना जिंकून घेणं रुचलं नसावं. पण इथं पर्वा कुणाला होती! पाशका तर अशा नजरांना कधीचाच सरावलेला होता.

"इथं जवळपास कुठं एखादं उपाहारगृह नाही का?"

उत्तर कुणीच दिलं नाही. लक्षही दिलं नाही.

"अरे, तुमची दातखीळ बसली की काय? "

"ते मग पाहू. तुला असं नाही वाटत आपण फार काही पराक्रम करून दाखवला म्हणून? कमीत कमी थोडीफार खळबळ माजवली, असं नाही वाटत?" पुन्हा त्याच त्या डिवचल्या गेलेल्या तरुणानं विचारलं.

"नाही बुवा. तसं कशाला वाटेल? "

"पण मला तर वाटतं तसं."

"वाटलं तर वाटलं. जरा प्रभू येशूसमोर जाऊन क्रॉस करून ये."

त्या तरुणाच्या चेहऱ्यावर आठ्यांचं जाळं पसरलं.

"जरा बाहेर येतोस? तुला क्रॉस दाखवतो कसा असतो तो." पाशकानं मान हलवली.

"नाही, माफ कर. आता नाही येऊ शकत."

"ते का म्हणून?"

"अरे, नंतर दाखवशील कधीतरी. आताच विनाकारण कशाला कुरापती काढतोस? आणि काय रे, मला पाहताच असे नाक फुगवून कशाला सगळे उभे राहिलात? मला वाटतं, मी अजून तरी कुणाचं काही घोडं नाही मारलं."

आता मारामारी, गुद्दागुद्दी होणार आणि ती पाहायला मिळणार, या आशेनं जमलेल्या काही मंडळींची निराशा झाली; पण पाशका बहुतेकांच्या पसंतीला उतरला, यात काहीच शंका नव्हती. इकडं पाशका वादावादीत गुंतला होता.

तोपर्यंत आता दुसऱ्या 'तांगो' नृतृयाला सुरुवात झाली आणि नास्च्याचा कुणी प्रियकरही होता. कुणी इंजिनिअर होता मॉस्कोचा आणि लवकरच ते चतुर्भुजही होण्याच्या मार्गावर आहेत. पण हीही गोष्ट मनावर न घेता तो नास्च्याच्या पाळतीवर राहिला. अगदी डोळ्यांत तेल घालून. तिच्या प्रियकराविषयी काही बोलणं कानावर आलं, की तो तिरसटून हॅट अधिकच मागं सारायचा आणि म्हणायचा,

"पाहूयाच कोण कुणाला मागं टाकतो ते. माझ्या मनी जे उतरलं, ते फत्ते झालंच पाहिजे."

दुसऱ्याच दिवशी तो असाच नृत्याच्या अखेरीस क्लबमध्ये दाखल झाला. डोक्यात तोच एक विषय होता.

"कुठं आहे तो? "

"कोण? "

"तोच तो. इंजिनिअरचा बच्चा. "

"आज तो आलेला नाही. "

नृत्य संपताच पाशका पुन्हा नास्च्याच्या समोर जाऊन उभा राहिला.

"तू अजून माझ्या प्रश्नाचं उत्तर नाही दिलंस."

"कोणत्या प्रश्नाचं?"

"मी म्हटलं, मी तुला घरापर्यंत पोचवायला येतो, येऊ ना? "

"नको. धन्यवाद, मी एकटी जाऊ शकते. "

पाशका तिच्या शेजारी जाऊन बसला. या वाघाला हार माहीत नव्हती. मूळचेच गोल डोळे अधिक करडे, वर्तुळाकार भासू लागले.

"हे पाहा, मी एक सभ्य माणूस म्हणून विचारतो आहे."

"अरे देवा! काय म्हणू या सभ्यतेला? " असं म्हणून नास्च्या उठली. पाशकाची नजर तिच्या मागे मागे धावत राहिली. त्याच्या कानावर कुणाच्या सहानुभूतीचे तर कुणाच्या टिंगलीचे अनुदार उद्‌गार येऊ लागले. नास्च्याच्या अशा वागण्यामुळंही डोक्यात सणक उठली. पोटात ढवळू लागलं. तोही उठला आणि घरचा रस्ता धरला.

दुसऱ्या दिवशी संध्याकाळी नेहमीपेक्षा अधिक झोकदार पोषाख करायचा त्यानं ठरवलं. येरमलाईकडून सुंदर विणकाम केलेला शर्ट त्यानं उसना घेतला. झालरीचा निळा, रेशमी पट्टा त्यावर बांधला. कोरा, करकरीत कोट चढवला आणि पायात डौलदार जरीकाठी चढाव - अशा थाटात तो गावातील वाचनालयात येऊन पोचला. (नास्च्या इथं काम करते, अशी माहितीही त्यानं मिळवली होती.)

"हॅल्लो" आत शिरता शिरताच त्यानं सर्वांना ऐकू जाईल, अशी सलामी दिली.

वाचनालयात या वेळेस फक्त नास्च्या होती आणि टेबलापाशी कुणी तरुण मासिक चाळत बसला होता. पाशकाला पाहताच नास्च्यानं आनंदानं जुन्या ओळखीचं हसू चेहऱ्यावर आणलं. पण त्यानं साधा कटाक्षही तिच्यापर्यंत पोचू दिला नाही. तो त्यानं ओळखलं. हा तरुणच तिचा प्रियकर असावा.

"काही वाचायला हवं का?" नास्च्यानं विचारलं. त्यानं आपल्याला ओळखलेलं नाही, या आश्चर्यातून ती अजूनही सावरली नव्हती.

"हो. हवं तर आहेच. "

"जरा तुमचं आडनाव, व्यवसाय, जन्मवर्ष सांगता? वहीत नाव नोंदवून घेते."

पाशकानं तत्परतेनं सारी माहिती पुरवली. नास्च्या लिहून घेत असताना पाशका तिच्याकडं तिरप्या नजरेनं पाहत राहिला. तिनं मान वर करताच यानं इंजिनिअरकडं आपला मोहरा वळवला. तोही पाशकालाच न्याहाळत होता. नजरानजर झाली. पाशका गोंधळून गेला किंचित. पण लगेचच डोळे मिचकावत त्यानं विचारलं, "काय चाललंय? शब्दकोडी सोडवता आहात वाटतं?"

"हो, तसंच काहीसं. " इंजिनिअरला - गेनाजी त्याचं नाव - अनोळखी माणसाकडून असा प्रश्न अपेक्षित नव्हता.

"गेनाजी, विशेष म्हणजे, पाशकासुद्धा मॉस्कोचाच आहे, बरं का!" नास्च्यानं त्यांची ओळख करून देत म्हटलं.

आपला कुणी मित्र भेटल्याचा आनंद गेनाजीला झाला.

"अरे व्वा! किती दिवसांपूर्वी आलात तिथून? काही सांगा तरी, राजधानीतील नवल-विशेष ...? "

पाशका जाणूनबुजून जरा अधिकच वेळ आपल्या ओळखपत्रावर सही करत राहिला. पुन्हा पुन्हा गिरवत राहिला. उत्तर अजून काही दिलं नव्हतंच. ओळखपत्रासाठी नास्च्याचे आभार मानून तो गेनाजीजवळ गेला आणि हात पुढं केला.

"नमस्ते! मी पाशका! "

"नमस्ते! मी गेनाजी! मॉस्को कसं काय...? "

"ओ हो हो! मॉस्कोविषयी म्हणता? छानच आहे. अहो, तिथं काय, नुसती धामधूम. धमाल... सारी गंमतच गंमत..." आणि लगेचच गेनाजीला पुढं बोलूही न देता तो म्हणाला,

"काय विचित्र मासिकं असतात नाही? विशेषतः या दारूड्या मंडळीविषयी. चित्रंच चित्र. रंगच रंग, नुसतं पाहत राहावं."

"हो. असतात कधी कधी... पण तुम्ही मॉस्कोहून कधीसे आलात? "

"कधी म्हणजे? कुठल्या मॉस्कोहून? मी नाही बुवा पाहिलं तुमचं मॉस्को

उभ्या हयातीत नाही गेलो कधी तिथं. याचा काहीतरी गोंधळ झालेला दिसतो.''

''अहो, असं काय बोलता? काल क्लबमध्ये तुम्हीच नाही का सांगितलंत?'' नास्च्या चिडून बोलली. पाशकानं नजर वळवून नास्त्याकडं पाहिलं.

''काल? क्लबमध्ये? कुठल्या? मला तर काही आठवत नाही असं...?

नास्त्यानं वरमून गेनाकडं बघितलं आणि त्यानं पाशकाकडं. तो पुन्हा चित्र पाहण्यात गढून गेला होता.

''कमाल आहे तुमची '' नास्च्या चिडून म्हणाली, ''म्हणजे मला काय स्वप्न पडलं, म्हणता? ''

''शक्य आहे,'' पाशकानं थंडपणानं उत्तर दिलं, पण मासिक तसंच चाळत राहिला.

''हे पहा. मी म्हणालो नव्हतो? ही... अशी दृष्टीला भुरळ पाडणारी चित्रं... बघता बघता वाचकांच्या डोळयांत धूळफेक करतात,'' असं म्हणत हातातील मासिक गेनाजीच्या हातात देत तो म्हणाला, ''किती भयंकर आहे, नाही? ''

यावर गेनाजी काय उत्तर देणार होता? विषय बदलत तो म्हणाला,

''इथं काय तुम्ही कापणीच्या कामासाठी आलात? ''

''बरोबर ओळखलंत. '' पाशकानं हळूच पाहिलं, नास्च्या त्याच्यावरच नजर रोखून सर्व ऐकत होती.

''चला आपण सोंगट्या टाकू या का? '' त्यानं गेनाजीला विचारलं.

''सोंगट्या? '' गेनाजीनं आश्चर्य लपवत म्हटलं, ''त्यापेक्षा आपण बुद्धिबळ खेळलो तर? ''

''बुद्धिबळ? नको बुवा. किती कंटाळवाणा खेळ! शिवाय त्यात डोक्याचं काम किती! (त्याला बुद्धिबळ येतही नव्हतं) त्यापेक्षा सोंगट्याचं...... ''

''चला, सोंगट्या तर सोंगट्या.'' नास्त्याकडं पाहत पाहतच गेनाजीनं रुकार भरला. आपली जागा सोडून ती गेनाजीच्या बाजूला येऊन बसली.

पाशकानं सराईतप्रमाणं डाव मांडला. शत्रुपक्षाला खेळता येत नव्हतं हे उघडच होतं. नास्त्यानं मधून मधून गेनाला मदत करायला सुरुवात केली.

''अरे, थांब. जरा लक्ष देऊन खेळ ना! तो पाशका तुला सरळसरळ बनवतोय.''

''मला समजतं ते. तू दर खेपेस सांगायची जरुरी नाही. ''

''अरे पण... गेना, तुझी चाल चुकतेय ना... ''

''चुकू देत. पण खेळणारा मी आहे ना!''

''माहीत नसलं आणि शिकून घेतलं तर कुठं बिघडलं? ''

पाशकाला गालातल्या गालात हसू फुटलं. त्याची चाल धूर्त होती, विजयाकडं

नेणारी होती. अखेर जीतही त्याचीच झाली. ती गेनाजीनं कबूलही केली, पण राग मात्र सारा नास्त्याावर काढला.

"तू तुझं काम करत जा. नको तिथं लुडबूड कशाला करतेस? बाजूला हो अन् तुझ्या जागेवर जाऊन बैस."

"खेळता येत नाही, तर चिडतोस कशाला? आणि म्हणे इंजिनिअर!"

वादाला आता रंग चढणार, हे पाहताच पाशका म्हणाला,

"चल, बाहेर जाऊ. एकेक झुरका मारायचा का?"

गेनाजी उठला आणि दोघं बाहेर पडले. नास्त्याावरचा राग अजूनही कमी झालेला नव्हता.

"एक समजत नाही मला, काय स्वभाव असतो... प्रत्येक बाबतीत... अगदी प्रत्येक, हे... हे असे उपद्व्याप केलेच पाहिजेत का?" - गेना

"जाऊ दे रे, आता सवय करायला हवीस" पाशका

"काय म्हणालास?"

"काही नाही, खूप दिवसांपासून इथं आहेस का, एवढंच..."

"दुसरा महिना."

"लग्नाचा विचार आहे वाटतं? नास्त्याशी...?"

गेनाजी अशा सडेतोड बोलण्यानं एकदम चकित झाला.

"तिच्याशी? हो. का बरं?"

"नाही, आपलं सहजच विचारलं. चांगली आहे मुलगी, पण तुझ्यावर तिचं प्रेम आहे का?"

आता मात्र गेनाजी पुरता सर्द झाला.

"प्रेम? हं... हो, मला वाटतं आहे, आहे."

शांतता पसरली. पाशका सिगारेटचं थोटूक हातात धरून नाकासमोर एकटक पाहत राहिला. पुन्हा त्यानंच बोलणं सुरू केलं -

"आज सिनेमा कुठला आहे गावात?"

"आहे कुठला तरी... चांगलासा..."

"ठीक आहे, जाऊ या आपण, पण तिलाही बोलव." वाचनालयाच्या दरवाजाकडं खुणावत पाशकानं सुचवलं.

"अर्थात, अर्थात, असं कसं... तिच्याशिवाय जायचं? आता जाऊन तिला सांगतो."

"बरं तर, मी तुमची वाट पाहीन तिथं." एवढं बोलून दोघंही उठले.

थिएटरमध्ये तिघं जवळजवळच बसले होते. नास्त्याला दोघांच्यामध्ये बसायला लावलं होतं - अर्थात पाशकानं! दिवे जाऊन अंधार होताच तो नास्त्याकडं सरकून

बसला आणि तिचे हात बळेबळेच आपल्या हातात घेतले. तिनं काही न बोलता हात सोडवून घेतले आणि जराशी सरकून बसली. पाशका निमूटपणनं पडद्याकडं पाहू लागला, जणू काही घडलंच नाही. पाच-दहा मिनिटं गेली असतील-नसतील, त्यानं अंधारात तिचे हात हुडकण्यास सुरुवात केली. तिच्या लक्षात त्याचा हा आगाऊपणा येताच त्याच्या कानाशी जाऊन ती जरा मोठ्यानंच म्हणाली,

"आता जर का तुझा हा उद्योग थांबला नाही, तर उद्या क्लबमध्ये सर्वांसमोर तुझी नाचक्की करीन, एवढं ध्यानात ठेव."

तत्क्षणी तो सुतासारखा सरळ झाला आणि मुकाट्यानं समोर पाहू लागला. काही वेळ गेला, तसा पुन्हा नास्त्याला म्हणाला,

"माझ्या हृदयाची शकलं होऊ पाहत आहेत, जसा बॉम्ब फुटत राहावा त्याप्रमाणे.... हळूहळू....एकेक तुकडे होत सगळीकडे पसरत आहेत... "

तिनं या बोलण्यावर काही विशेष प्रतिक्रिया दाखवलेली नाही, हे लक्षात येताच या मौनाचा अर्थ अनुमती समजून त्यानं पुन्हा खोडी काढण्यास सुरुवात केली. आता मात्र नास्त्यानं मदतीसाठी गेनाजीला हाक दिली.

"गेना, जरा मला तुझ्या जागेवर बसू देतोस? ऊठ जरा." त्याच क्षणी पाशकानं चतुराईनं म्हटलं,

"अरे, अरे या समोरच्या डोक्यामुळं तुला दिसत नाही का? आता सांगतो त्यांना," असं बोलत बोलत समोर बसलेल्या माणसाला उद्देशून तो म्हणाला,

"अहो, श्रीयुत... जरा तुमचं डोकं बाजूला घेता का? बाईंना त्रास होतो बघायला... "

डोकं त्वरित बाजूला घेतलं गेलं.

"आता ठीक झालं ना? " पाशका

"हो, ठीक. "

पाशका तीन हात खाली वाकला, सिगारेट शिलगावली आणि खुषीत येऊन धुराची वलयं गिळत राहिला. आजूबाजूच्या बऱ्याच लोकांनाही हे जाणवलं असावं. नास्त्यानं त्याची बाही खेचत म्हटलं,

"अरे, तू हे चालवलंयस तरी काय? "

त्यानं लगेच थोटूक विझविलं. नास्त्याच्या हाताला एक हिसका दिला आणि वाकत वाकत उठून बाहेर जाऊ लागला. पण जाताना गेनाजीला सांगायला विसरला नाही.

"ज्यांना कुणाला पाहायचंय, त्यांना पाहू देत, असे सिनेमे मुक्या, पाळीव प्राण्यांसाठी असतात. मी चाललो..."

घरी येताच कपडे न बदलता पाशका तसाच बिछान्यात पडून राहिला. हे येरमलाईच्या ध्यानात आलं.

"का रे? आज काय बिनलसं तुझं? "

"कुठं काय? असाच पडलो आहे. " काही मिनिटं गेली, तसा एकदम बिछान्यावर उठून बसत म्हणाला,

"येरमलाई, एक सांगशील? या दिवसांत अजूनही मुलींना पळवून नेण्याचे प्रकार घडतच असतील नाही? "

"म्हणजे? " येरमलाईच्या भुवया उंचावल्या.

"म्हणजे पूर्वीसारखं रे... तेव्हा तर सर्रास मुलींना पळवून न्यायचेच ना? "

"पूर्वीचं म्हणतोस होय? असेल बुवा! पण त्यांना पळवून कशाला न्यायला हवं? त्या तर तशाही राजी असतातच की! "

"ते बाकी आहेच. मी आपलं सहज विचारलं." काही वेळ गप्प राहिला आणि मग पुन्हा...

"येरमलाई, यासाठी काही...म्हणजे पळवून नेणं हा...काही गुन्हा ठरत नसेल ना? शिक्षा काही नसेलच...? "

"असेल, तर! पण मला काही माहिती नाही पाशका."

पाशका उठला आणि खोलीतल्या खोलीत येरझाऱ्या घालू लागला. चालता चालता काही विचारात गढून गेला आणि मग स्वतःशीच पुटपुटला-

आयुष्यात चांगली वेळ ही एकदाच येत असते आणि... चांगली मुलगीही... तेव्हा...

"हा तुझा सदरा परत घे, येरमलाई ते... क्यू।।! "

" का रे? असा अचानक? परतसा दिलास?"

"असंच--" पाशकानं स्वतःचा सदरा घातला. काही वेळ एका जागी आरशासमोर उभा राहिला.

"पाशका, काय विचार आहे? तू काय कुठली मुलगी तर पळवायला नाही ना चाललास? कुणी मनात भरली की काय?"

पाशका खळखळून हसला आणि काही न बोलताच बाहेर पडला. रस्त्यावर गुडूप अंधार होता. नुकत्याच येऊन गेलेल्या पावसाच्या सरींमुळं हलका गारवा पसरला होता.

राखणदारांना चुकवत चुकवत त्यानं आपली गाडी बाहेर काढली आणि निघाला.

नास्त्याचं घर त्याला ठाऊक होतं म्हणजे दुपारी बोलता बोलता त्यानं चतुराईनं येरमलाईकडून ही माहिती काढून घेतली होती. त्या घराच्या खिडक्या बगिच्याच्या दिशेनं उघडतात, हेही माहिती करून घेतलं होतं.

फक्त एक चिंता होती. नास्त्याच्या घरी कुत्रीबित्री तर नसतील ना? रात्रीची वेळ. त्यातून लहानसं खेडेगाव. कुणी चिटपाखरूही दिसत नव्हतं. रस्ता चुकून

दुसरीकडं जाऊ, या भीतीनं तो गाडी अगदी हळूहळू पुढं नेत राहिला.

तिच्या घराजवळ येताच किल्ल्या काढून न घेता गाडी तिथं उभी केली आणि पुढं निघाला.

" आलो तर एकदाचा!" असं म्हणून त्यानं चेहऱ्यावरला घाम पुसला. आतून चांगलाच धास्तावलेला असावा.

तिच्या घरातही सर्वत्र निजानीज झाली होती. अंधारातच पुढं वाट काढत त्यानं किंचित उजेड दिसत असलेल्या दोन खिडक्या हुडकून काढल्याच. छातीत धडधड अजून होतच होती.

"फक्त कुत्रा नसला, म्हणजे झालं, नाहीतर... "

फाटक उघडून तो आत आला. अजूनही शांतताच होती. पागोळीचा टपटप होणारा तेवढा आवाज काय तो तिचा भंग करीत होता.

"सांभाळून, पाशका. आता तर एक काम तरी फत्ते होईल, नाहीतर डोकं तरी फुटेल..." तो स्वत:शीच म्हणाला.

हलक्या पावलांनी कुंपणही ओलांडलं आणि खिडकीच्या दिशेनं निघाला. मनात पुन्हा पुन्हा एकच विचार येत होता.

चांगली वेळ ही आयुष्यात एकदाच येत असते, तशीच चांगली मुलगीही... तेव्हा... आगे बढो, पाशका!

शेवटची दोन पावलं उचलली अन् दचकून एकाएकी थांबला. एक नवाच प्रश्न मनात डोकावू लागला.

"ती एकटीच झोपली असेल, की...? "

खिशातील टॉर्च बाहेर काढला आणि त्या प्रकाशात खोलीचा एक एक कोपरा धुंडाळू लागला. कपाट, दरवाजा, दुसरी खिडकी, भिंती... असं करत करत अखेर नजरेला बिछाना पडला. त्यानं टॉर्च मागं घेतला. बिछान्यात कुणी हलल्याचा भास झाला. कुणी डोकंही वर उचलल्यासारखं दिसलं. नास्त्याच होती. पण जराही बावरलेली दिसत नव्हती. उठली आणि तशीच खिडकीच्या दिशेनं चालत आली. खिट्टया उचलल्या आणि तावदानं उघडली.

"तू? आत्ता? इथं? या वेळेस? " आता मात्र तिचा आवाज घाबरलेला वाटत होता.

हिनं आपल्याला ओळखलं की काय? पाशका दचकला. पण गप्प उभा राहिला. त्याची इच्छा होती, की आणखी थोडा वेळ तरी तिनं आपल्याला 'दुसराच कुणी' समजावं.

ती तशीच अंधारात दरवाजाकडे चालत गेली. तो बंद आहे, याची खात्री करून घेऊन मगच पुन्हा खिडकीपाशी आली. ती जवळ येताच तिच्या सुगंधी बटांचा

दरवळ नाकात शिरला, तसं मस्तकात वादळ घोंघावू लागलं. सर्व शक्तीनिशी तिला बाजूला करून तो खिडकीतून आत झेपावला.

"तू...हे...काय...?" तुझं डोकं ताळ्यावर आहे?"

" आहे, आहे, मी पूर्ण शुद्धीवर आहे " असं बोलत बोलत नास्च्याच्या काही लक्षात येण्यापूर्वीच त्यानं तिच्यावर पकड घट्ट केली. ही चाल तिला अपेक्षित नव्हती. निकराची धडपड करत तिनं अखेर आपली सुटका करून घेतली.

त्याला वाटलं, आता संपला सारा खेळ. चांगली वेळही आपली नाही आणि चांगली मुलगीही. आता ओरडून सारा गाव गोळा करेल. वडिलांना तर बोलवेलच. आपणही तयारीत राहावं, या विचारांना तो खिडकीकडे सरकू लागला.

एवढ्यात दिवे लागले. स्तिमित होऊन त्यांना मागे वळून पाहिलं. काही बोलणार, एवढ्यात उजव्या गालावर काही गरम, तापल्या तेलाचा चटका बसल्याचा भास झाला, तसाच दुसऱ्याही. तिनं त्याच्या दोन्ही गालांवर सणसणीत चपराक ठेवून दिली होती.

काही वेळ दोघं तसेच उभे राहिले. एकमेकांसमोर. त्यानं पाहिलं, त्या अतीव संतापाच्या क्षणी ही पोरगी काय अप्रतिम सुंदर दिसत होती! गेनाजीविषयी दुस्वास उफाळून येऊन त्याच्या पोटात कालवाकालव होऊ लागली.

"ताबडतोब चालता हो इथून. आत्ता, या क्षणी. ऐकलंस? " ती खालच्या आवाजात बोलली.

त्याला समजलं, ओरडून कांगावा करणारी ही मुलगी नाही. ती तशातलीही नाहीच. त्यानं सिगारेट शिलगावली आणि खाली पाहत बोलू लागला.

"नास्च्या, मला तुझ्याशी काही बोलायचंय. जाणार तर मी आहेच. काही न बोलताही मी जाऊ शकतो. पण तो भ्याडपणा ठरेल आणि मी भ्याड नाही, हे तुला समजलंच असेल." बोलण्याची तो काहीशी घाईच करत होता. न जाणो, तिथलीच एखादी वस्तू उचलून त्याच्या दिशेनं तिनं भिरकावली तर? खोलीत इकडे तिकडे येरझाऱ्या घालत तो पुढे बोलू लागला.

"हे बघ, माझ्याकडं छक्केपंजे काही नाहीत. मी तुझ्या प्रेमात पडलोय, ही वस्तुस्थिती आहे. मला डंकाही पिटायचा नाही याचा, फक्त समजत नाही, मी त्या गेनाजीपेक्षा कोणत्या बाबतीत कमी आहे? मी कुठं उणा पडलो? म्हणत असलीस तर मी त्या दर्जाचा काही पराक्रमही करून दाखवू शकतो. पण मला कुणीतरी हे सांगायला हवं ना? कमीत कमी... तू तरी? माझ्यावर हे असे हात उगारण्याचं काय कारण होतं? तू तयारी कर, आपण माझ्या गावी जाऊ. तिथून जाऊन शहरात राहू." एवढं बोलून तो थांबला आणि तिच्या उत्तराची वाट पाहू लागला. त्याला खरंच ती आवडली होती. अगदी मनापासून आणि आज हे तिलाही समजलं... पटलंही.

"आता मी तुला म्हणू तरी काय? " खुर्चीचा आधार घेत जड आवाजात ती बोलू लागली, "हा एवढा गोंधळ करून ठेवलास आणि पुन्हा वर समजुतीच्या चार गोष्टी सांगू पाहतोस? प्रेम आहे! म्हणे त्याचं प्रेम आहे माझ्यावर. " एवढे बोलून तिनं पाठ फिरवली. त्यानं ओळखलं, ती रडत असावी. पुन्हा मान वळवून म्हणाली,

"तुला काय वाटतं, आणि तू मला आवडत नाहीस? पण पण..." तिची नजर पाशकाकडं वळली.

त्याचं मन तिथंच रुतून बसलं. तिच्या या अनपेक्षित पवित्र्याकडे पाहत पाहत तो स्वतःला हरवून गेला. आज कधी नव्हे इतकी लोभस, कधी नव्हे इतकी निरागस आणि प्रथमच ती इतकी आव्हानात्मक वाटत होती आणि त्याच क्षणी त्याची खात्री पटली, या वैभवाचे धनी आपण होणे नाही. आजपर्यंत असंच होत आलं नव्हतं का? एखादी मनोमन आवडून गेलेली, ध्यास लावणारी कुणी भेटली की समजावं, ती नक्कीच दुसऱ्याच कोणाची होणार.

"रडतेस कशाला नास्त्या?"

"रडते, कारण तुम्ही पुरुष रडवता. तुम्ही इतके अहंकारी असता! स्वतःशिवाय इतर कुणाचा विचार करता का कधी? आणि म्हणे प्रेम करतो! अरे, जिच्यावरून असा जीव ओवाळून टाकता, तिचा कमीत कमी थोडा फार मान तरी ठेवा. हे... हे असं वागणं कशाला? "

"पण मी असं काय केलं? खिडकीतून आत आलो एवढंच ना? त्यात काय मोठंसं? प्रेमाच्या इतिहासात असे कैक दाखले..."

"खिडकीविषयी नाही बोलत. पाशका, तुम्ही सारे पुरुष अतिरेकी प्रेमवीर असता. तो गेनाजीही तसाच. मत्सरानं कसा सुकून गेलास अगदी. तुझ्याविषयी एवढा संशय माजला आहे त्याच्या मनात, की डोक्यात राख घालून गाव सोडून जायलाही निघाला आहे."

"डोक्यात राख घालायला असं काय झालं त्याला? "

"हे तूच विचार ना जाऊन त्याला? "

पाशका अस्वस्थ झाला.

"खरंच सांगतेस? "

तिनं काही उत्तर न देता हातांनी डोळ्यांच्या कडा पुसल्या. पाशकाला या क्षणी मात्र तिची इतकी दया आली! आपण कुणाच्या अश्रूंना कारणीभूत व्हावं, आणि तेही आपल्या आवडत्या स्त्रीच्या, हे त्याला सहन होईना!

"चल, तयार हो नास्त्या. आपण गेनाजीकडं जाऊ. " नास्त्यावर पुन्हा आश्चर्य करायची पाळी आली.

"आत्ता? अरे आत्ता कुठं जाशील? बाहेर रात्र पाहिलीस का? "

"पाहिली. तू तयार हो... पण गेनाजीला असं संतापायला काय झालं? "

"कुणीतरी त्याला सांगितलं की, आपण बरोबर नृत्यात होतो नंतर सिनेमा पाहताना तू कुजबुजत राहिलास. तुम्हा पुरुषांना एवढं निमित्त पुरे होतं. मूर्खच नाही तर काय म्हणायचं दुसरं? "

"पण तू त्याला काही पटवून का नाही दिलंस? "

"तुमची कधी तयारी असते काही पटवून घ्यायची? मी नाही येत त्याच्याकडे."

"मी तीनपर्यंत आकडे मोजतो. तोपर्यंत नाही तयार झालीस तर....? "

"पण तू काय सांगणार त्याला? "

"त्याच्याशी तुला काय करायचं? "

"तुझं काय काम आहे गेनाजीकडं?"

"आहे काही काम. समजेल नंतर."

"पण कशाला?"

"तू चल तर खरं! फक्त त्याचं घर सांग कुठे आहे ते! आधी खिडकीतून तो बाहेर आला. तिला उतरायला मदत केली. दोघं रस्त्यावर आले.

खाली गाडीच्या इंजिननं भली मोठी गर्जना सुरू केली होती.

"तू गाडी घेऊन आला होतास? म्हणजे? मला पळवून वगैरे न्यायचा तर बेत नव्हता ना तुझा?" -नास्च्या.

"पळवून? छे! छे!! आधीच अवसान गळायचं असं काही करण्याअगोदर आम्हा पुरुषांचं...." पाशका

गेनाजी अजून जागाच होता. सामानाची आवराआवर करीत असावा बहुतेक.

"कोण आहे?"

"मी."

"मी म्हणजे कोण?"

"पाशका. दार उघड."

गेनाजीनं दार उघडून त्याला घेतलं. घरभर कागदाच्या चिठोऱ्याच चिठोऱ्याच इतस्ततः विखुरल्या होत्या.

"तू काय प्रेमभंगाच्या कविता लिहितो की काय?"

"ही काय थट्टा आहे, पाशका? आणि तुझ्या या अशा येण्याचा अर्थ? "

"समजेल लवकरच." पाशकानं टेबलाजवळ बसत हातांनी कागद बाजूला सारले.

"नास्च्यावर तू खरंच प्रेम करतोस, की...? "

"हे पाहा... " गेनाजी गोरामोरा झाला.

आणि घेऊन ये तिला वर. ती गाडीत बसली आहे. "

"खाली? कुठे? कुठल्या गाडीत? "

"माझ्या गाडीत. तू माझ्यावर उगीच राग धरलास, गेनाजी. माझ्या नशिबात चांगल्या मुली कधीच नव्हत्या... आणि कदाचित..."

गेनाजी धावत धावत खाली गेला आणि पाशका? तो टेबलापाशी हातांची घडी करून आणि त्यात डोकं खुपसून बसून राहिला. अचानक विलक्षण थकवा जाणवू लागला. न राहवून पुन्हा पुन्हा तेच शब्द आठवत राहिले... चांगल्या वेळेविषयी. तो तसा कणखर होता; पण आज का कुणास ठाऊक पुन्हा पुन्हा गलबलून येत राहिलं.

एवढ्यात नास्च्या आणि गेनाजी खोलीत दाखल झाले. पाशकाला काही बोलायचं होतं. एखाद् दुसरा शुभेच्छेचा शब्द.

"सगळं ठीक आहे ना?"

"हो ठीक."

"अच्छा! मी येतो तर. सुखानं नांदा आता." असं म्हणून तो तीरासारखा बाहेर पडला.

"आणि तू? तू कुठं चाललास पाशका?"

उत्तर द्यायला पाशका तिथं होताच कुठे?

घरी येताच त्यानं सामानाची बांधाबांध सुरू केली. पाशका सल्तोमला जायला निघाला. जिथं जाण्यासाठी तो सुरुवातीला निघाला होता तिथंच. येरमलाईसाठी नवीन गावाचा पत्ता लिहून ठेवला, तीन - चार दिवस या गावात इमाने इतबारे काम केल्याविषयीची कागदपत्रं आठवणीनं पाठविण्याविषयी अर्जिजीही केली आणि खाली लिहिलं, "येरमलाई, मी तुझा ऋणी आहे. कारण मी नाही सांगू शकत; पण मित्रा, मला जाणं भाग आहे. माझा काहीच दोष नाही... पण जायला हवं. "

- तुझा पाशका.

सामान उचललं आणि तो घराबाहेर पडला. अजून पाऊस रिपरिप पडतच होता. मनावर कोण मळभ दाटून आलं होतं. गाडी बाहेर काढली आणि जड पावलांनी पाशका जायला निघाला. सल्तोमच्या वाटेनं. नव्या दिशेनं आणि नव्या आशेनंही. जिथं चांगली वेळ त्याची प्रतीक्षा करीत होती...

आणि कुणी सांगावं, एखादी भली जोडीदारीणही...

■

कन्स्तान्ति फेजिन (१८९२-१९७७)

लेखनात अद्वितीय कामगिरी. अतिशय लोकप्रिय, बुद्धिमंत लेखक. अॅकॅडॅमिशियन.

सातत्यानं झगडणाऱ्या मध्यमवर्गीय लोकांचं चित्रण. 'वाळवंट' (१९२३) हा प्रथम कथासंग्रह. 'शहरे आणि वर्षे' (१९२४) कादंबरी आणि चित्रपट. 'वियाझ्नोमधील सकाळ', 'शेतकरी (१९२५-२६) या लोकप्रिय कादंबऱ्या.

''माणसामध्ये मस्करी आहे, प्रेम आहे, दयाशीलता आणि सहानुभूतीही आहे. फक्त योग्य प्रसंगी या गुणांची दखल घेतली गेली पाहिजे. सर्व माणसांकडे पाहण्याचा एकच सरधोपट दृष्टिकोण नको. कलावंतांची घडण जरा वेगळ्या मातीतून होत असते. त्याला हाताळणारे हातही संवेदनाक्षम असायला हवेत.'' असं लेखक आपल्या कथाविषयांतून सांगतात.

'भाऊ' (१९२७-२८) (कादंबरी), 'भावनाविश्वाचा फेरफटका' (१९४२) (नाटक), 'जगावेगळा उन्हाळा' (१९४७-४८) कादंबरी आणि इतर सुप्रसिद्ध साहित्यकृती.

१९९६ मध्ये एका जिप्सी माणसावर दाखल करण्यात आलेल्या कोर्ट खटल्याविषयीची ही सत्यकथा. प्रचलित कर्मठ, कठोर कायदे, ज्याचा पाया झारच्या जुलमी पोलीस पाटलांनी घातलेला होता. ही कथा अशा अत्याचारांचं बोलकं उदाहरण. कथानकाचा कालखंड - क्रांतिपूर्व काळ. स्थळ : पोलीस पाटलांच्या अमलाखाली दबलेलं एक भाबडं रशियन खेडं.

जिप्सी ही जमात मुलखाची धूर्त, हरहुन्नरी जमात. जातिवंत कलावंत शरीराची नस न् नस नृत्य-संगीतात गुंतून राहिलेली. घोडेचोर म्हणून कुप्रसिद्ध. गाण्यात आणि हातचलाखीत यांचा हात धरणारा कुणीच नाही. सणाचा दिवस होता. विलक्षण धामधुमीचा. आकाश अगदी आरशासारखं नितळ. कुठंही एखादा काळसर ठिपकाही दिसत नव्हता. नदीच्या पात्रात दगडगोटे आळसावून पडून राहिलेले. त्या

कळावंत

कन्स्तान्तिन फेजिन

दाटीवाटीतूनच पाण्याची एक बारीकशी धार लपाछपीचा खेळ खेळत आपल्यातच दंग होऊन राहिली होती. नदीच्या पात्राच्या एका बाजूला तुरळक झाडी होती. आजवर हिरवळीच्या अशा कैक पिढ्या उमललेल्या अन् सुकलेल्या तिनं पाहिल्या होत्या. आता तर कुठं नुसती मुळं, तर कुठं नुसत्याच विरळ फांद्याच नजरेला पडत होत्या. आणि दुसऱ्या बाजूला नदीच्या पात्रातून एक पाऊलवाट उलगडत गेली होती. प्रत्येक पाऊल एका छोट्याशा गावाच्या दिशेने घेऊन जाणारं होतं. घरं जरी सुबक, ठेंगणीशी असली, तरी त्यांची 'ठेवण' मात्र चार कोसांवरूनही स्पष्ट जाणवत होती.

गावातील तरुण मुलांचं एक आवडतं ठिकाण होतं. पात्राच्या अगदी सुरुवातीलाच लाकडाचे काही ओंडके पडलेले होते. तिथं निवांतपणानं बसायला जायचे. पण हे मात्र निमित्तच. खरं कारण दुसरंच होतं. इथं बसून गावातील पोरींवर टेहेळणी करण्यासाठी ही फार मोक्याची जागा होती. या मुलांमध्ये एक पेटीवादक होता. त्याचं नाव साझिन. पेटीला घुंगरू लावलेले होते. तो एकदा पेटी वाजवू लागला, की सारे कसे भान विसरून ऐकत राहायचे. वयानं थोडीफार मोठी असलेली मुलं सूर्यफुलं सोलून त्यातील दाणे खात राहायची. लहानसहान मुलं मात्र त्या घुंगरांकडे एकटक पाहत राहायची. सूर्याची किरणं त्यांच्यावर पडू लागली, की ती पाण्याच्या थेंबाप्रमाणे इकडून तिकडे धावत असल्याचा भास होत राही. पेटीच्या सुरांचे प्रतिसाद झाडांच्या पानापानांतून फांदीफांदीतून उमटू लागले की वाटायचं, जणू हवेतील तंतू - तंतू झेपावत या सुरावटींच्या दिशेनं धावत येत आहेत.

एक दिवस संध्याकाळी मुलं अशीच घोळका करून बसली होती. मुलींची खूप वाट पाहूनही त्या न आल्यामुळे त्यांना घरोघर जाऊन आता बोलवूनच आणायला हवं म्हणून मुलं जागची उठू लागली. साझिनही उठला आणि खांद्यावर पेटी अडकवू लागला. एवढ्यात, त्याचं त्यालाच काय वाटलं कुणास ठाऊक, गळ्यातील पेटीला बांधलेला पट्टा बाजूला करून पेटी खाली ठेवीत तो म्हणाला,

''जाऊ दे रे! येतील साऱ्या आपणहूनच...''

तेवढ्यात, काही वेळासाठी पेटीपासून दूर होत, सर्वांना दम भरीत साझिन म्हणाला, ''ही पेटी जरा इथंच ठेवून जातो रे! कुणी हात लावाल तर खबरदार! आधीच सांगून ठेवतो.''

समोरच्या एका भिंतीमागे तो दिसेनासा होताच मुलं दबकत, दबकत पेटीच्या दिशेनं पुढं सरकू लागली. त्या मुलांमध्ये एक आठ-दहा वर्षांचा अल्योशही होता. तो इकडेतिकडे पाहत पेटीपाशी आला आणि आपल्या बोटांनी पेटीवर खर्जाचे सूर पकडू लागला.

पेटी अजून गप्प होती.

दुसऱ्या एकानं हळूच एका बाजूनं त्याला सल्ला देत म्हटलं, "तसं नाही रे... जरा तिकडची... ती पट्टी दाब... " अल्योशनं पुन्हा एकदा जोर केला. पण नाहीच, सुरांचा अबोला अजूनही कायमच होता.

"जरा बाजूने हूक्स काढून बघ पाहू! " दुसरा सल्ला मिळाला. "नुसते हुक्स काढून काय होणार? पेटीचा भाता एका हातानं धरून ताणायला नको का?"- आणखी एक सल्ला.

अल्योशच्या अंगात अधिक बळ संचारलं. तो पुढं होताच बाकीची मुलंही भराभर पुढं होऊ लागली.

एवढ्यात, पेटीचे सारे बंध मोकळे केले गेले. अल्योशची बोटं हलके हलके त्या सुरावटीवरून फिरू लागली. जसजशी बोटं अधिकाधिक धिटाईनं पुढं होऊ लागली, तसतशी सारी मुलं पेटीभोवती गोल वर्तुळात एकत्र जमा होऊ लागली. जी मुलं खास मर्जीतील होती, त्यांना अल्योश अधिकाधिक जवळ येण्याची मुभा देऊ लागला. एका फिरकीनंतर दुसरी, नंतर तिसरी आणि सूर स्वैर धावू लागले, बालगोपालांसमवेत रंगू लागले. गिरकीवर गिरकी घेऊ लागले.

सारे हात एकत्र काम करू लागताच या पेटीचा खुळखुळा झाला आणि त्यातून चित्र-विचित्र सुरांचे आकार-उकार तयार होऊ लागले. खेड्याची वेस फार दूरवर नव्हती. सुरांची वेसही ओलांडली. ऐकणाऱ्याला वाटायचं, इथं नक्कीच काही लगीनघाई उसळली आहे.

एवढ्यात... एका क्षणातच रंगाचा भंग झाला. अल्योशच्या करुण किंकाळीनं सारे भानावर आले. साझिन तिथं हजर झाला आणि अल्योशच्या केसांच्या बटा हातात धरून त्याला असं काही जोरात ढकललं, की तो ओंडके ओलांडून पलीकडे जाऊन कोसळला. बाकीची मुलं सोसाट्याच्या वाऱ्यानं पालापाचोळा भिरभिरत जाऊन दूर पडावा, तशी वेगानं भरभर पांगत राहिली.

"ए चकण्या ऐकलंस? आता एवढ्यावरच भागलं म्हणून नशीब समजा. पुढच्या वेळेस सरळसरळ कपाळमोक्ष... आलं लक्षात?"

असं म्हणत साझिननं एका झटक्यासरशी भाता ओढून घेतला. तसा दीर्घ उसासा टाकत पेटीनं जबडा आवरता घेतला.

रडत, कण्हत, दोन्ही हातांच्या आधारानं अल्योश उभा राहण्याची धडपड करू लागला. कानात पेटीचे सूर अजूनही घुमतच होते. कानशिलं अजूनही तापलेली होती. डोक्याला तर हातही लावता न यावा, एवढी कळ धरली होती.

अल्योशच्या मदतीला शेजारचे आजोबा धावून आले. त्यांनी खांद्याला धरून त्याला उठवलं. जवळ घेऊन त्याचे खांदे थोपटले.

"उगी, उगी. रडू नकोस. फक्त खरचटलंच ना? चालायचंच. तुझ्या लग्नापर्यंत नक्की बरी होऊन जाईल जखम."

नंतर साझिनकडे वळून पाहत ते म्हणाले, "किती निर्दय असशील रे? कशाला एवढ्या लहान मुलावर हात उगारायला हवा? तुला काय वाटतं, हातात पेटी धरल्यावर तू काय थोर कलावंत होऊन गेलास? आणि तुझी ती जुनीपुराणी पेटी, तिच्यावर एखादं गावठी नाचगाणंच होऊ शकेल... बस! ... खरं वाद्य आणि खरा कलावंत कधी पाहिलायस तू? अरे, ती काय चीज असते, ते मी पाहिलेय, समजलास?"

हे ऐकताच साझिन खवळला.

" तुम्ही माझ्यासारख्या जिप्सी कलावंताला कमी लेखता, अं? माझ्या कलेचा उपहास करता असा? की या पोराटोरांना उगीच काहीतरी सांगायचं म्हणून...?"

"अरे, हे जिप्सी कलावंतांचं सोंग तू घेतलं आहेस आणि मी खरी कला पाहिली आहे, म्हणून मी हे सांगत आहे." हे ऐकताना साझिन वरमला. काखोटीला पेटी बांधली आणि तो आपल्या वाटेनं चालू लागला.

मुलांनी पाहिलं की, आजोबांनी आपली बाजू घेतली. त्यांना कोण आनंद झाला! बघता बघता सारी त्यांच्याभोवती गोळा झाली. आजोबांनी हयातीत नाव फारसं कमावलं नव्हतं, पण उघड्या डोळ्यांनी जग मात्र पाहिलं होतं. या अनुभवांची भली मोठी शिदोरी त्यांच्या पाठीशी असायची. सरळमार्गी आणि भाबडे होते स्वभावानं. जसजशी आयुष्याची वर्षं सरत गेली, तशी त्यांनी आपल्या मनाची पक्की समजूत करून घेतली, की आपल्याला कुठंच, कोणत्याच बाबतीत नशिबाची साथ मिळायची शक्यता दिसत नाही. काही ना काही काम हुडकत फिरत राहायचे. कुठं काही जमलं नाही, तर पुन्हा आपल्या गावात परत.

"आजोबा, तुम्ही मघाशी काय सांगत होतात? खऱ्या कलावंताविषयी? कोण होता तो? " - अल्योशनं कोपरानं गालावरचे ओघळ पुसत त्यांना विचारलं.

आजोबांची कळी खुलली. पाहता पाहता चेहऱ्यावरील भाव बदलत गेले. सुरुवात झाली.

"फार वर्षं झाली या हकिगतीला. मी त्या वेळेस स्मलेन्स्कमध्ये राहत होतो. माझी मुलगी दिलीय त्या गावात. पक्रोवचा सण जवळ आला होता. सुगीचा हंगाम. गावात एकच लगबग आणि धांदल. एवढ्यात रात्रीच्या राखणीची मुलं धावत सांगत आली, की घोडेचोरांनी दोन घोड्या पळवून नेल्या म्हणून. प्रत्येक घोडी कशी मुलायम आणि चपळ होती! सुंदर तर अशा, की नुसतं पाहावं आणि हरखून जावं. चोर नक्कीच मुरलेले असणार. आमची माणसं तबेल्याच्या दिशेनं धावत सुटली. सैरभैर झाली. आता काय करायचं? कुठं म्हणून हुडकायचं चोराला? पण पळवून

नेणारे मात्र नक्की जिप्सीच असले पाहिजेत, याविषयी मात्र कुणाचंच दुमत नव्हतं. गावापासून काही अंतरावरच या लोकांचे तंबू ठोकलेले होते. आधी तिथं धाव घेतली. पाहतात तर काय, माणसं तंबूसकट गायब! थोडं पुढं गेल्यावर पाहिलं, तर जागोजागी विझत चाललेल्या शेकोट्या दिसल्या. निखारे अजून धुमसतच होते. म्हणजेच, त्यांना जाऊनही काही फार वेळ झाला नसावा. सणाच्या निमित्तानं जवळच्या शहरात घोड्यांचा बाजार भरायचा होता. घोड्यांचे मालक त्या दिशेनं धावत सुटले. मागं उरलो फक्त आम्ही. जंगल पालथं घालायचं ठरवलं. काही अंतरावरच झुडपात कुणी जवान गडी पाठमोरा बसलेला दिसला. पाठीवर पेटी अडकवलेली होती. आमची पावलं झपाझप त्या दिशेनं पडू लागली. जवळ जाताच त्याचं मानगूट पकडलं आणि त्याच्यावर तुटून पडलो. पण तो मात्र अगदी शपथेवर सांगत राहिला की घोड्या पाहिल्याही नाहीत, म्हणून. कुठं बाहेर गेला होता आणि आपल्या माणसांपासून मागं राहिला, म्हणून खिन्न होऊन बसला होता.''

''मग तुला जंगलात, इथं झुडपात बसायची काय गरज? ''

''तुमच्याच भीतीनं. तुम्ही कुणीतरी गाठून आम्हाला चोर समजणर, हे ठरलेलंच असतं.''

पण आम्ही त्याच्या अजिजीला भीक न घालता पुढं म्हणालो, ''आम्ही तुला खरं बोलायला लावणारच. कसा बधत नाहीस, तेच पाहू! ''

बोलता बोलता आम्ही त्याला गुद्दे घालू लागलो. मारून आमचेच हात दुखायला लागले. जरा दम घेतला आणि पुन्हा त्याला वेठीला धरलं, ''घोड्या कुठं आहेत, सांग बऱ्या बोलानं.''

पण त्याचा पीळ कायम होता.

''कशाला उगीच मारता? नाही मी चोरले घोडे. पाहिलेही नाहीत. खरंच सांगतो, जरी मरेपर्यंत मारत राहिलात, तरीही मी हेच सांगणार. हा क्रॉस पाहा हवा तर.'' - असं म्हणून त्यानं आपल्या गळ्यातील क्रॉस बाहेर काढून दाखवला.

आम्ही निरुत्तर झालो. पण त्याला मात्र जाऊ दिलं नाही. त्याचे हात पाठीमागे बांधले आणि आमच्या खेड्याच्या दिशेनं त्याला घेऊन जाऊ लागलो. तिथं ही चोरीची बातमी षट्कर्णी झालीच होती. आम्हाला येताना पाहताच गावकऱ्यांना वाटलं, सापडला आम्हाला चोर. तसे तेही चारी बाजूंनी त्याच्या अंगावर धावून आले आणि जे हाताला येईल, ते धरून त्याला मारायला सुरुवात केली. तो बिचारा सुरुवातीला गप्प राहिला, पण काही वेळानं अगदी बारीक आवाजात कण्हू लागला. आमचे हात थांबले, वाटलं, आता तरी हा कबुली देईल. मारून मारून आम्ही त्याचे काय हाल केले होते! डोकं रक्तबंबाळ झालं होतं; इतकंच नाही, तर डोळ्यांनाही दुखापत झाली होती.

तो रडत रडत बोलता झाला -

"मला सारं काही कळून चुकलंय आता. तुम्ही माणसं मला जिवानिशी मारणार. माझा शेवट तर जवळ येऊन ठेपलेलाच आहे. माझं तुमच्याकडं एकच मागणं आहे. फक्त एकच. मला एकदा माझी पेटी वाजवून पाहू दे. अखेरची. मग तुम्हाला जे काही करायचं, ते करा... "

आम्ही विचार केला, वाजवू दे थोडा वेळ. पण त्याचा शेवट हा ठरलेलाच आहे. आम्ही त्याची पेटी आणवली. बांधून ठेवलेले त्याचे हातही सोडवले. तसा तो म्हणाला,

"मेहरबानी झाली फार...एक भांडं भरून पाणी द्याल का मला? तुमचं काय जातं? काही झालं तरी तुम्ही मला मारणारच. तहानलेल्या जिवाला मारायचं पाप कशाला करता तुम्ही? घोटभर पाणी द्या प्यायला. "

तेही दिलं. सारा घडा त्याने एका दमात रिता केला. पेटी मोकळी केली. हातांनी चाचपून ती ठाकठीक केली आणि हात सरसावले. आता काही ऐकायला मिळेल, अशा आशेनं आम्ही बसलो होतो, तेवढ्यात,

"जमिनीवर आडवा पडून मी कसा वाजवू? काही बसायला द्याल? "

आम्ही आसन पुढं केलं. तसा तो कण्हत कुथत जमिनीवरून उठू लागला... आम्ही त्याला बसायला मदत केली. त्यानं हातात पेटी उचलली. आम्ही अजून सारे भोवती तसेच उभे होतो. मारायला जमलेली मंडळी अजून कुणी पांगलेली दिसत नव्हती.

अखेर... त्यानं सूर छेडले. आम्ही सारे निःशब्द होऊन उभे होतो. आजवर असं स्वर्गीय संगीत... फक्त असं असतं, एवढंच ऐकलं होतं. नजर त्याच्यावर रोखलेली होती. त्याला वेदना फार होत असाव्यात. कारण जखमेतून ओघळणाऱ्या रक्तात अश्रूही मिसळू लागले. स्त्री वर्ग पुढं झाला. त्याचे डोळे, गाल त्या पुसू लागल्या. आम्ही पुरुष मंडळींनी एकमेकांकडे पाहत नेत्रपल्लवी सुरू केली; पण गप्प राहिलो.

एक सुरावट संपली. त्यानं जरा आसपासचा कानोसा घेतला. पुन्हा तक्रारीचा सूर धरला.

"अगदी मरणाच्या पंथाला लावलंत तुम्ही मला. ख्रिस्ताचे भक्त म्हणवायचे तुम्ही. मरणपूर्वी आता एकच इच्छा आहे. थोडं दूध प्यावं म्हणतो. देईल का कुणी? फार बरं होईल. जर दिलंत, तर मी आणखी गाणी ऐकवीन तुम्हाला."

स्त्री वर्ग आमच्याकडं पाहू लागला, द्यावं की न द्यावं या विचारात पडून आम्ही म्हटलं, "द्या एकदाचं. पिऊ दे दूध पोटभर. नाहीतरी मरायचंच आहे त्याला. "

कुणीतरी घराकडे धावलं. दूध घेऊन आलं. एका आजीबाईंनी दोन उकडलेली अंडीही आणली. हा बहाद्दर दूध तर प्यालाच, पण अंड्यांचाही त्यानं समाचार

घेतला. पुन्हा एकदा पेटीवरून बोटं सरकू लागली. सूर अंगाखांद्यांवरून धावू लागले. आमचा स्त्री वर्ग पूर्णतः या पेटीवादकापुढे शरणागती पत्करेल असं वाटू लागलं. कुणी स्त्री झग्याच्या टोकानं डोळे पुसू लागली, तर कुणी त्याच्यावर दयाही दाखवू लागली."कसं रे व्हायचं तुझं," असं म्हणून त्याच्यावर सहानुभूतीचा वर्षावही होऊ लागला.

हे पाहून मात्र आम्ही संतापलो. म्हटलं, "थांबव हे तुणतुणं तुझं. कशाला पोरीबाळींना रडवतोस? चांगलाच बनेल दिसतोस की! तुला काय वाटतं, अशानं आमचा विचार बदलेल की काय? मुळीच नाही."

तो खालमानेनं म्हणाला,

"मी कशाला कुणाला रडवू? तुम्ही मला आणखी चोपलं नाहीत, तरी माझी घडी भरलेलीच आहे. मारून मारून सारी आतडीदेखील बाहेर आणलीत की! आनंदी गाणी ऐकायची आहेत ना? मग एखादा पेला भरून वोडका दिलीत, तर...? मग मी जगाचा निरोप घ्यायला मोकळा झालो."

आम्ही पडलो अखेर धार्मिक, पापभीरू माणसं. विचार केला, सणाच्या निमित्तानं तेवढंच पुण्य पदरात पडेल. नाहीतरी पुरेशी वोडका घरात आहेच. हाही माणूस धार्मिक दिसतो. करू या जरा हात सैल.

कारभारणींना फर्मान सुटलं.

वोडका आणली गेली. ती पोटात जाताच त्याच्या अंगात पुन्हा काहीशी तरतरी आली. त्यानं पुन्हा एकदा वाद्यावर बोटं रुतवली. पाहता पाहता आमची नजरही एका जागेवर ठरेनाशी झाली. कुठून, कसे नृत्याचे सूर तालासहित कोसळू लागले, तेच समजेना! कित्येकांनी आऽ ही वासला. किती जोश, किती आव्हान आणि किती आनंद भरून राहिला होता त्या सुरात...! नकळत गांभीर्याची जागा हळुवार स्मितानं घेतली. स्मितानं हास्यालाही वाट मोकळी करून दिली. रोमारोमात नृत्य घुमू लागलं. नृत्यानं आमच्या पावलांना निमंत्रण दिलं. वादकाची बोटंही दिसेनाशी झाली. हातात हात, नजरेत नजर गुंफली जाऊ लागली. स्त्रियांच्या पदन्यासाला आमची पुरुषी पावलं प्रतिसाद देऊ लागली. हा जिप्सी आमच्यावर बारीक लक्ष ठेवून असावा. इतक्यात... त्यानं अचानक वाद्याला खीळ घातली आणि हात पुन्हा एकवार पेल्याकडे...

हा अडथळा आम्हालाही सहन होत नव्हता.

"घे, घे. आणखी पी. पण गाणं मात्र थांबवू नकोस. " असं म्हणत मद्याची रंगत त्याच्याबरोबर आम्हीही चाखली, पण गाण्याची संगत मात्र कुणालाच सोडवेना!

आणि पोरांनो, पुढं काय झालं, कुणाच्याही लक्षात नसावं. मध्येच टाळ्यांचा आवाज, मध्येच तारस्वरांची साथ, तर कधी त्यानं छेडलेला तीव्र षड्ज. वाटलं,

जमिनीतूनसुद्धा प्रतिध्वनी उमटत, घुमत आहेत. आणि हा कलाकार तर मद्यानंतर वादन आणि वादनापाठोपाठ मद्य अशा क्रमानं आम्हाला गुंतवून ठेवत राहिला. असं बराच वेळ चालू राहिलं. गावातील सर्व घरांतील मद्याचा साठा संपताच शेजारच्या गावी माणसं पिटाळली. त्यांच्या पाठोपाठ लोकांच्या झुंडी धावत येऊ लागल्या. केवळ हे पाहण्यासाठी की, नशिबी देहदंड लिहून ठेवलेला एक कलंदर जिप्सी कशा रीतीनं जगाचा निरोप घेऊ पाहत आहे.

संध्याकाळ झाली. आम्ही जड पावलांनी घरी परतणार, एवढ्यात साऱ्या स्त्रीसमूहानं आम्हाला साकडं घातलं -

"ऐका. जरा ऐकता आमचं? काहीही करा, पण आज मात्र याला मारून टाकू नका. आज रात्री त्याला असाच खोलीत कोंडून ठेवू. उद्या केवढा मोठा सण! आपल्या पोरीबाळींच्या आनंदाचा दिवस. उद्या त्याला आमचा सण सजवू दे आणि मग हवं तर खुशाल काय हवं ते करा."

आजोबा पुढं सांगू लागले-

"एव्हाना आम्ही बरेचसे शांत झालो होतो. इतकं मद्य पोटात जातच आमच्या साऱ्या दयावृत्ती जाग्या झाल्या. बोलक्या होऊन उठल्या. दयेला वाचा फुटली. आम्ही विचार केला, मारायचंच झालं, तर केव्हाही मारता येईल. राहू दे जिता आजचा दिवस. झोपू दे रात्रभर त्या खोलीत. झालं, निर्णयाची अंमलबजावणीही झाली. त्याला खोलीत कोंडून ठेवलं गेलं. घरापासून त्याला दूध-रोटीही पोचवली गेली.

सकाळ होईपर्यंत कसाबसा आम्ही दम धरला. कुलूप काढलं. पाहतो तर काय, खोली पूर्ण रिकामी...

"रिकामी...? " हे ऐकताच आमच्या जिवण्या विस्फारल्या गेल्या, आश्चर्यानं डोळे भरून गेले. मुलं तल्लीन होऊन गेली होती.

कोपरा न् कोपरा पालथा घातला, पण चोराचा कुठं मागमूसही दिसेना! आम्ही पुरुषांनी साऱ्या स्त्रियांना फैलावर घेतलं-

"हा तुमचं ऐकल्याचा परिणाम! केवढी घोडचूक! " पण त्यांनी कानावर हात ठेवले. असं काही होईल, याची त्यांना कल्पना असणार.

काही वेळातच सारा उलगडा झाला. या वीरानं भिंतीला खालच्या बाजूनं मोठं खिंडार पाडून त्यातून पोबारा केला होता.

हे असं असतं जिप्सी संगीत आणि अशी ही त्याची जादू - फसवी, चकवा देणारी.

"पण आजोबा, त्यांच्या पेटीचं काय झालं पुढं? " अल्योशच्या डोळ्यांसमोरून काही केल्या ती पेटी मात्र हलत नव्हती.

ती त्यानं अर्थातच आपल्याबरोबर नेली. पेटी तर त्याचा प्राण होता. मग ती कुठं विसरून जाणं तर दूरच.

"आणि घोडे?"

"ते मात्र सापडले. त्याच दिवशी बाजाराच्या ठिकाणी ते मिळाले, परत आणले गेले. म्हणूनच मी म्हणालो, की या साझिनला काय जिप्सी म्हणायचं? तुम्हीच सांगा पोरांनो? "

"नाही, नाही." साऱ्यांनी माना डोलावल्या. नकळत शांतता पसरली. ही हकिगत सांगता सांगता आजोबांनी वर्तमानाशी कधीच निरोप घेतला होता. ती धुंदी, तो जोश पुन्हा आजतागायत नव्हता अनुभवायला मिळाला. त्यांनी मुलांकडे पाहिलं. तीही स्वप्नांच्या निळाईत हरवून गेली होती. त्यांच्या नजरेसमोर तो खरा जिप्सी, ती खरी कला आणि त्याच्या त्या खुबीदार कळा, त्याही खऱ्याच वास्तवाचं रूप घेऊन आल्या असाव्यात. सूर्यास्ताचे रंग गहिरे होऊ लागले. दाटला चाललेल्या गूढ अंधारातून घुंगरू घुमू लागले. पेटीचे ते सूर अजूनही आपली पकड कायम करीत होतेच.

मुलं आजोबांच्या नजरेनं त्या कलावंताला पाहू लागली आणि आजोबा - ते तर मुलांहूनही लहान होऊन गेले होते. पुन्हा एकदा ते जायबंद झाले. काळाचा विचार मागं राहून गेला. कोणती, कुणाची पिढी याला कार्य अर्थ उरला होता? कोणतेही बंध जाणवेनासे झाले. मागं उरल्या त्या फक्त आठवणी. त्या मात्र साद घालत राहिल्या, पुन्हा पुन्हा अस्वस्थ करीत राहिल्या.

तो जादूगर... त्याची ती कला
.... आणि त्या चपळ कला...
आजही सारं आठवतं.
आणि आठवत राहतो तो
कळावंतही.
बघता बघता गुंगारा देऊन,
वेडावून टाकत जाणारा..."

■

मक्सिम गोर्की (१८६८-१९३७)

खरे संपूर्ण नाव - अलेक्सेइ मक्सिमविच पेश्कव.

जगप्रसिद्ध रशियन लेखक.

'व्यक्तिचित्रे आणि लघुकथा' या संग्रहाला (१८९८-९९) अनन्यसाधारण लोकप्रियता.

'आई' (१९०६-०७) या कादंबरीमुळे मक्सिम गोर्की जगातील अत्युच्च दर्जाच्या साहित्यिकांच्या पंक्तीत जाऊन बसले. क्रांतिकालीन समाज आणि नैतिक मूल्यांचं चित्रण.

'खालच्या थरातील जनजीवन' (१९०२) - हे नाटकही असामान्य कोटीतील. तळाकडून आकाशकडे झेप घेणारी माणसे ही कथानकातील प्रमुख पात्रे. 'माणसाच्या मनाचं स्वातंत्र्य आणि जगण्याचा अर्थ' हा रशियन साहित्यात प्रथमच हाताळला गेलेला विषय लेखकाला फार मोठ्या उंचीवर घेऊन गेला.

'बालपण', 'तारुण्य', 'माझ्या आयुष्यातील विद्यापीठे' (१९१३-१४ -१९२२) ही आत्मचरित्रात्मक पुस्तके. 'क्लिम समगीनचे आयुष्य' ही दीर्घ कादंबरी (१९२५-३६). या साहित्यात 'सामाजिक सत्याचं' चित्रण प्रखर आशावाद आणि माणसाच्या नैतिक सामर्थ्यावर विश्वास. ही गोर्की यांच्या साहित्याची वैशिष्ट्ये.

पावसाळी हवा होती आणि वेळ तिन्हीसांजेची. समुद्राच्या दिशेनं थंडगार वाऱ्याच्या झुळकी येऊन अंगाला बिलगत होत्या. भुरभुर उडणारी वाळू मधूनच गुदगुल्या करून जात होती. लाटांची शर्यंत सुरू होती. कुणी पुढे तर कुणी मागे. लाटा समांतर प्रवाहात धावत राहिल्या, तरी अखेर मात्र एकरूप होऊन फेसाळत होत्या.

आम्ही सागरकिनारी वाळूतच पाय पसरून बसलो होतो. समोर उबदार शेकोटीही पेटलेली होती. वाऱ्याबरोबर वाहून येणारी कोरी, पिवळी पानं शेकोटीची

एक लाट तोडी दोघां

मक्सिम गोर्की

धग अधिकच तीव्र करीत होती आणि या लाल-सोनेरी प्रकाशात तो परिसर अधिकच खुलून दिसत होता. मावळतीकडे झुकत जाणारा सूर्य, लाटांचे फेसाळते डोंगर, भिरभिरणारी वाळू अन् आमच्या अगदी समोरच बसलेला तो कलंदर जिप्सी आसपास फिरत असलेल्या आपल्या घोड्यांची राखण करीत बसून राहिला होता. डोक्यावरचं मुंडासं काढून, सदऱ्याची बटणं सैल करून, ज्वालांकडे एकटक पाहत. मकार चुद्रा त्याचं नाव. आमच्या दिशेनं चेहरा करून तो तिथंच वाळूत घडीभर आडवा झाला. हातात गुडगुडी होती. या 'जिप्सी' परिवाराची पारंपरिक अन् लाडकी सोबतीण. तो एका मागोमाग एक धुराची वलयं उठवत आपल्याच तंद्रीत हरवून गेला होता. वारा अंगाशी झोंबत होता, पण त्याची पर्वा कुणाला होती?

माझ्याशी बोलावंसं त्याला फार वाटत असावं. कारण मीही असा भटकत राहणारा माणूस. जिप्सी नसलो म्हणून काय झालं! भ्रमंती मला हवीच होती. नवनवीन परिचयांसाठी, ज्ञानार्जनासाठी आणि पर्यायानं सदासतेज लिखाणासाठी.

तर...तुलाही हिंडायला आवडतं म्हणतोस? छान, छान! भरपूर फिरून पाहा. अन् जगण्याची मौज लुटत राहा आणि पोटभर भ्रमंती झाली की फुंकून टाक हे आयुष्य. नाहीतरी फिरण्याशिवाय काही अर्थच कुठं उरतो या जिण्याला? अनुभवांतून शिकता येईल तेवढं शिकून घे; पण दुसऱ्याला शहाणं करण्याच्या फंदात मात्र पडू नकोस. कारण इथं कुणाला त्याची जरुरी नाही.

मीही असाच फिरत आहे. नुसताच. कुठं गेलो नाही आणि काय पाहिलं नाही! मी थांबलो की संपलं. साऱ्या क्रियाशीलतेचा अंत झाला आहे, असं समजावं.

एवढ्यात, कुठूनतरी स्त्रीचं, पण खुल्या, पहाडी आवाजातलं गाणं ऐकू येऊ लागलं. या कलंदराची लेक 'नूरी' गात होती. मी गाण्यांच्या सुरांमध्ये हरवून जाऊ लागलो, तसा मला भानावर आणत मकार म्हणाला,

"कशी गाते माझी लेक? आहे की नाही झकास आवाज? पण प्रेम फक्त आवाजावरच कर तिच्या. एखाद्या जिप्सी पोरीच्या प्रेमात पडू नकोस. फार जीवही ओवाळून टाकशील, पण तिच्या हृदयाचा मात्र थांगही नाही लागायचा तुला, मला आणि कुठल्याच पुरुषाला. गोड गोड बोलून भुलवत राहतील, प्रेमाच्या आणाभाका घेत राहतील, पण मला म्हाताऱ्याला विचारशील, तर हे सारं व्यर्थ आहे. आपण हिंडावं, आकाशात भरारी घ्यावी; पण गुंतून मात्र कुठंच राहू नये. म्हणत असलास, तर एक कहाणी सांगू मी तुला? मोठी सुरेल अन् दर्दभरी. अशाच एका जिप्सी पोरीची. आमच्यासारख्यांच्याच कुळात जन्मलेली होती ती.

झुबेर नावाचा एक तुझ्या-माझ्यासारखाच माणूस होता. मोठा जातिवंत आणि कलंदर जिप्सी. शूरवीर आणि प्रेमवीरही. जितका गुणवंत होता, तितकाच बदनामही झालेला. कशामुळं विचारशील, तर आमच्या व्यवसायामुळंच. घोडेचोर. हातचलाखीत

त्याला कुणी मागं सारू धजायचं नाही. कित्येक ठिकाणी तर त्याला पकडून ठेवण्यासाठी बक्षिसं जाहीर झालेली असायची, तर कुठं कुणी त्याचा काटा काढण्यासाठी सुपारीही दिलेली असायची. पण हा पठ्ठ्या कधीच कुणाच्या हाती लागायचा नाही. बघता बघता हातावर तुरी देऊन पसारही व्हायचा. एखादी अबलख घोडी त्याच्या मनात भरायचाच अवकाश! ती त्याची झालीच म्हणून समजा. भलेही तिच्या राखणीसाठी तुम्ही फौज उभी करा. काही उपयोग नाही व्हायचा त्याचा.

जिप्सी टोळ्यांमध्ये त्याचा मोठा दरारा अन् दबदबा होता. त्याला सतत एकच वेड असायचं- घोडे, घोडे अन् घोडे. थोडे दिवस रपेट करायचा अन् मग टाकायचा विकून. पैसेही असेच देण्यावारी उधळून टाकायचा. कारण ते सांभाळायचे कुणी?

काही दिवसांपूर्वी माझा मुक्काम होता झुबेरच्याच परगण्यात. तिथं दनिलो नावाचा आमचा एक नातलग राहायचा. त्याची मुलगी रादाही तिथंच होती.

तू माझी नूर पाहिलीस ना? पण ही रादा सर्वच दृष्टींनी सरस होती. गुणांनी, तशीच सौंदर्यानंही. शिवाय, काय मानी आणि जिद्दी होती ही पोरगी! कित्येक तरुण तिच्यावर जीव ओवाळून टाकत असत. पण ही मात्र कुण्या एकालाही दाद देत नव्हती. अखेर आमचंच रक्त होतं ते! मुलीची जात, पण स्वातंत्र्य इतकं प्रिय होतं तिला की काय सांगू! एकदा एक घोडेस्वार विसाव्याला तिथं आला. उमेदीची वर्षं निघून गेली होती खरी, पण पोरगी पाहताच तत्क्षणी लट्टू झाला. जणू देहभान हरपून गेलं त्याचं.

"माझी हो, धनाच्या राशीत लोळशील. काय मागशील ते देईन. पण माझ्याबरोबर चल."

रादानं हे ऐकलं आणि पाठ फिरवून चालू लागली.

दुसऱ्या दिवशी सकाळी हा पाहुणा पुन्हा आला, तो माफी मागण्यासाठी. काही आगळीक आपल्या हातून घडली, असं वाटलं म्हणून बरोबर नाण्यांनी गच्च भरलेली एक थैली आणली होती. ती रादाच्या पायांशी आणून ठेवली. म्हणला,

"एकदा, फक्त एकदाच बघ मी काय आणलंय ते." तिनं ते पाहिलं न पाहिल्यासारखं केलं, अन् पायाच्या अंगठ्यानं ती खुळखुळती थैली दूर ढकलली.

खाली मान घालून नवरदेव परतला. तिसऱ्या दिवशी पुन्हा हजर. थेट दनिलोच्या समोर येऊन उभा राहिला.

"तुझी मुलगी मला विकत दे. काय हवी ती किंमत माग. मी ठेवून जातो, पण मुलगी तेवढी दे."

दनिलोला संताप अनावर झाला.

"तुम्ही धनिक लोक मुलीचा बाजार मांडत असाल; माझी पोर विकाऊ नाही. चालू लाग."

त्यानंतर आम्ही आमचा मुक्काम हलवला. हलवणं हिताचंच होतं. काही दिवस चालत राहिलो. तसं या बहाद्दरानं पुन्हा आम्हाला गाठलंच.

"तुमच्या मुलीला न्यायला आलोय. नाही म्हणू नका. एवढा धनाढ्य जावई कुठंच मिळायचा नाही तुम्हाला." आम्ही विचारात पडलो. धास्तावूनही गेलो थोडेसे. अखेर दनिलोनं मुलीकडं पाहिलं अन् म्हणला,

"पोरी! आता तूच सांग काय ते."

"तुम्हीच सांगा, गरुडकन्या जर कावळ्याच्या घरट्यात जाऊन राहते म्हणली, तर तुम्ही तिला काय म्हणाल?"

दनिलो उन्मादानं खळखळून हसू लागला. त्यात आम्हीही सारे सामील झालो.

"शाब्बास, शाब्बास पोरी."

असं म्हणून नंतर नवरदेवाकडे पाहून म्हणाला, "पाहिलंत? काही जमेलसं दिसत नाही. एखादं कबूतर पाहा कुठं मिळेल तर! ते वश होईल कदाचित; पण हे काम काही तुला झेपायचं नाही."

यानंतर मात्र निश्चिंत मनानं आम्ही मार्ग आक्रमू लागलो. नवीन ठिकाणी बिऱ्हाड केलं. संध्याकाळी दमून जमिनीवर पाठ टेकली. जराशी पाठ टेकली. जरासा डोळा लागतो न लागतो, तोच...

त्या रानोमाळातून घुमत कुण्या पुरुषाचं गाणं ऐकू येऊ लागलं. असं दमदार आणि तेजस्वी गाणं होतं की, धमन्यातून रक्त थुई थुई नाचू लागलं. हे सूर केवळ एका जागी खिळवून ठेवणारे नव्हते, तर आपल्या मागोमाग खेचून नेणारे होते. वाटलं, एकतर या गाण्यापलीकडे काही आयुष्यच असू नये किंवा असलंच, तर आपण त्याचे सम्राट होऊन आधिपत्य गाजवत राहावं.

त्या अंधाराला भेदत तो घोडेस्वार पुढे पुढे येऊ लागला. जवळ येताच ओळख पटली. दनिलोनं खुल्या दिलानं त्याचं स्वागत केलं. तोच होता तो. कुप्रसिद्ध घोडेचोर. मिशांचे झुपके खांद्यापर्यंत लांब. लकाकते डोळे. हसू पाहिलं त्याचं राजा. साक्षात् सूर्याचंच तेज. दुसरं काय म्हणू? झुबेर शेकोटीसमोर येऊन उभा राहिला. तसे आमचे डोळे दिपून गेले.

रादालाही तो मनापासून आवडला असावा; अन् त्याचं गाणंही. म्हणाली,

"छानच गाता तुम्ही. अन् ते वाद्यही उत्तम वाजवता. तुम्ही ते तयार केलंत तरी कसं?"

"कसं म्हणून काय विचारतेस? ते वाद्य नाही. माझ्या प्रियेचं हृदय आहे ते. तंतूही मी तिच्याच कातड्याचे तयार केलेले आहेत."

रादानं ते ऐकलं अन् फणकारून म्हणली, "मी तर ऐकलं होतं की तुम्ही हुशार अन् चतुर आहात, ते खोटंच म्हणायचं तर!"

आम्हाला वाटलं का म्हणून तिनं त्याला असं झिडकारावं? झुबेर तिच्या पात्रतेचा नव्हता थोडाच? नक्कीच होता. रादा कितीही रूपवान असली तरी मनानं थोर नव्हती. आणखी कितीही सोन्या-रत्नांनी मढवलं असतं तरी ती अधिक उजवी होणार नव्हती. असो.

झुबेर खूप दिवस आमचा पाहुणा होऊन राहिला. त्याचा एकूण सहवास आम्हाला फारच सुखावून गेला. लाख माणूस होता तो. आम्ही जवळजवळ त्याचे गुलामच होऊन राहिलो होतो म्हणानात! अपवाद होता तो एकट्या रादाचा. त्याचं बोलणं, गाणं सारं काही तिच्यासाठी होतं; पण त्या पाषाणाला काही पाझर फुटेना! आम्ही वडीलधारी मंडळी काय बोलणार? गप्प राहिलो. एक दिवस आम्ही सारे एकत्र बसलो असता दनिलो म्हणाला, "झुबेर, गाणं ऐकव ना छानसं एखादं."

तत्काळ झुबेर उठून उभा राहिला. असे काही सूर उमटू लागले की आम्ही मुग्ध होऊन ऐकत राहिलो.

"व्वा! याला म्हणायचं गाणं. कधी हयातीत असं स्वर्गीय संगीत ऐकलं नव्हतं."

तेवढ्यात रादा म्हणाली,

"याला काय गाणं म्हणतात? मला वाटलं, कुठंतरी चिमटीत सापडलेला डास गुणगुणत आहे!"

आता मात्र झुबेर संतापला. दनिलोही धुमसत उठून उभा राहिला अन् म्हणाला,

"पाहायचंय तुला, कसा डास गुणगुणतो ते?"

एवढ्यात झुबेरच मध्ये पडला आणि दनिलोस शांत करीत म्हणाला,

"दनिलो, मला मुलगी दे तुझी. या झंझावती घोड्याला असेच बेलगाम खोगीर हवेत."

"चांगलं बोललास. द्यायला कशाला हवी? तूच काबीज कर ना!"

झुबेर रादासमोर गुडघे टेकून उभा राहिला. "आज देवासमोर हवाला देतो. माता-पित्याच्या साक्षीनं तुझा हात मागतो. माझी धर्मपत्नी हो. खूप पाहिल्या मुली, पण तुझ्यासारखी कुणीच नाही. माझी हो. हे पाहा, मी गुडघेही टेकतो. पाहिलंस? पण एक लक्षात ठेव. माझ्या स्वातंत्र्यावर तू गदा आणता कामा नयेस. मी स्वतंत्र नेहमीच होतो, आहे आणि राहीन."

असे म्हणतच तो रादाच्या दिशेनं पावलं पुढं टाकू लागला. समोर उभा राहिला अन् दोन्ही हात पसरले. वाटलं, आता तरी ही पोरगी शरण येणार. एवढ्यात पाहतो तर काय, वेडेवाकडे हातवारे करीत तो डोकं आपटून खाली कोसळला.

मी विस्मयानं मकारकडे पाहू लागलो. असंच. आम्हीही अगदी अशाच नजरेनं सारा प्रकार पाहत राहिलो.

"तर सांगतो काय! या पोरीनं कातडी लगाम त्याच्या पायात अडकवला आणि खेचला आपल्या दिशेनं. ही मात्र हसते आहे, हसतेच आहे. तसा झुबेर उठला आणि पाठ फिरवून चालू लागला. आता मात्र दनिलोनं मला त्याच्या पातळीवर राह्यला सांगितलं. न जाणो, सूडाच्या भावनेनं काही भलतंच त्याच्या मनात आलं, तर?"

झुबेर पाय ओढत, ओढत पुढं जाऊ लागला. मान खाली झुकलेली. खांदे पडून गेलेले. एका झऱ्यापाशी आला, अन् बसताक्षणीच कण्हू लागला. फार जोराचा मार लागला असावा. पण मी जवळ जायला मात्र कचरत होतो. म्हटलं, पाहू तरी किती वेळ असा बसून राहतो ते.

एवढ्यात माझं लक्ष गेलं. लांब, लांब पावलं टाकत रादा त्या दिशेनं निघाली होती. जवळ गेली, बसली आणि त्याच्या कपाळावर हात ठेवणार, एवढ्यात दचकून त्यानं मान वळवली. तिला पाहताच हात सरसावले आणि खिशातील सुऱ्यालाच हात घातला. वाटलं, हा आता एका घावासरशी तिची खांडोळी उडवून देणार. मी मदतीसाठी आजूबाजूच्या लोकांना बोलावणार एवढ्यात...

"फेकून दे तो सुरा, नाहीतर जिवाशीच गाठ आहे समज." हातातील पिस्तूल त्याच्या कपाळावर रोखत रादा बोलू लागली.

उत्कंठा, भीती यामुळं जणू माझी वाचाच बसली. असे तुल्यबळ प्रतिस्पर्धी समोरासमोर आले असता याचा शेवट काय होणार, ते समजेना.

"आधी ऐकून घे माझं" रादानं पिस्तूल कमरेला अडकवलं आणि म्हणाली,

"मी भांडायला नाही, तुझ्याशी हात मिळवायला आले आहे."

हे ऐकताच झुबेरनं हातातील सुरा टाकून दिला आणि तिच्या डोळ्यांत रोखून पाहू लागला.

"ऐक झुबेर. माझं प्रेम आहे तुझ्यावर. " त्यानं हे ऐकून बेपर्वाईनं खांदे उडवले. जणू आपलं लक्षच नाही, असं दाखवत.

"ऐकलंस, मला काही सांगायचंय तुला. आजवर मी खूप वीरांच्या कथा ऐकल्या. कितीतरी नरवीरांना मी भेटलेही; पण तू सर्वांत देखणा, सर्वांत उमदा आहेस. पराक्रमानं, शरीरानं आणि मनानंही. प्रत्येक जण कोण बढाई मारायचा, मिशांना पीळ देत बोलायचा. मी नुसता इशारा करायचाच अवकाश होता; तत्क्षणी त्यांनी माझ्या पायावर लोळण घेतली असती, पण मला हे असे बेगडी बाहुले नको होते. आजकाल जिप्सी कुळाचे जातिवंत असे वंशज उरलेच कुठं आहेत? माझं मन आजवर कुणी ओळखलं नाही आणि जिंकलंही नाही. पण झुबेरजान, मी काय करू? मला माझं स्वातंत्र्य फार, फार प्रिय आहे. तुझ्याहूनही. पण तरीही, तू मला हवा आहेस. तू कितीही मला अव्हेरलंस तरी तुझं जग अखेर माझ्या पायांपाशीच येऊन झुकणार आहे. तेव्हा त्वरा कर. तुला मला जिंकून घ्यावं लागेल. माझं एक

आलिंगन पृथ्वीमोलाचं आहे. जर जिंकलास, तर साऱ्या ऐश्वर्याचा धनी तू एकटाच व्हायचा आहेस...

... तर उद्या संध्याकाळी याच वेळी, याच ठिकाणी भली मोठी शेकोटी पेटवली जाईल. सारी मित्रमंडळी, नातलग उपस्थित असतील. तू फक्त एवढंच करायचंस. एवढ्या प्रचंड जनसमुदायासमोर तू माझ्या पायांवर झुकून सलाम करायचास अन् माझा उजवा हात हातात घ्यायचास. बस्स! त्याच क्षणी मी तुझी पत्नी झालेच, असं समज.''

काय राक्षसी इच्छा होती पोरीची पाहा. असल्या अटींविषयी कधी कुणी ऐकलं असेल? होत्या कधी काळी अशा स्त्रिया डोंगराळ प्रदेशात. पण आम्हा जिप्सी लोकांत? कधीच नाही.

''ऐकलं मी.'' झुबेर म्हणाला, ''तू म्हणतेस, अगदी तसंच होईल.'' एवढं बोलून त्यानं तिच्या दिशेनं हात पसरले. क्षणभरही त्याच्या दिशेनं ढुंकूनही न पाहता रादा निघाली. तिच्या मनात नक्की काय होतं, काहीच समजू शकलं नाही.

मी तंबूत परतलो. साऱ्यांच्या कानावर हा 'पण' घतला. माणसं अवाक झाली. पण कुणीच काही बोललं नाही.

काही वेळानं तिथं झुबेर आला. एका रात्रीत पुरता सुकून गेला होता. पण मनानं ध्यास घेतला होता. याच अविचारी पोरीचा.

''मित्र हो! ''

रादा म्हणते, ''तिला माझ्यापेक्षाही स्वातंत्र्य मोलाचं वाटतं. पण मला तर तिच्याहून प्रिय काहीही नाही, अगदी माझे प्राणही नाहीत. होऊ दे. सारं काही तिच्या इच्छेप्रमाणे होऊ देत. माझी तयारी आहे. ''

हे ऐकलं, आणि आम्ही पुरुष मंडळी फारच अस्वस्थ होऊन गेलो. अखेर प्रेम, प्रेम म्हणजे असं काय असतं? त्यासाठी आवडत्या स्त्रीच्या पायांशी लोळण घ्यायची? छे, छे भलतंच! मग ती मुलगी रादा असली, तरी काय झालं?

अखेर दुसरा दिवस उजाडला. संध्याकाळही झाली. तो जीवघेणा प्रसंग समोर येऊन ठेपला. झुबेर उभा राहिला.

''लोक हो, तर ही अशी कहाणी. माझ्या प्रेमाची अन् तिच्या जिद्दीची. कोणता पुरुष तिच्यावरून जीव ओवाळून टाकणार नाही? फक्त तिची इच्छा पूर्ण करण्यापूर्वी मला एवढंच पाहायचंय की खरंच तिचं हृदय एवढं निष्ठावान आहे की जिथं माझ्यासारख्या पुरुषाला अन् केवळ मलाच स्थान आहे, पाहू दे तरी.''

असं म्हणत तो पुढं झेपावला आणि काय चाललं आहे हे समजण्यापूर्वीच तिथं विलक्षण घटना घडली होती.

रादा खाली कोसळली होती. तिच्या हृदयाला आरपार भेदून झुबेरचा खंजीर उभा

होता. तिनं एका हातानं उपसून तो दूर फेकला अन् उसळत्या रक्ताला थोपवून धरण्यासाठी आपला काळाभोर केशसंभार रोखून धरला.

"झुबेर, तू असं करणार, मला माहीत होतं. उगाच नाही मी वरलं तुला. निरोप दे मला."

आणि झुबेर?

"आता मी तुझ्या पायांवर लोळण घेतो. अशीच इच्छा होती ना तुझी? " - असं म्हणून रादाच्या पायांपाशी कोसळला.

आम्ही सारे उठलो. डोक्यावरील पगड्या उतरवल्या आणि माना झुकवून उभे राहिलो.

कुणीतरी सुचवलं, "पकडा त्याला, मुसक्या बांधा. कैद करा." पण कुणी पुढं झालं नाही. हे कुणाच्याच आवाक्यातील काम नव्हतं. झुबेर उठून उभा राहिला.

आता दनिलो उठला. डोळ्यांदेखत पोरीचा वध झालेला पाहणं त्याला सहन होईना! त्यानं रक्तानं माखलेला तोच खंजीर उचलला आणि तसाच पाठमोरा उभ्या राहिलेल्या झुबेरच्या पाठीत खुपसला.

झुबेरनं किंचित वळून पाहिलं. तो सारं काही समजून चुकला.

"ठीक आहे, दनिलो, तुझी सजा मला मान्य आहे." असं म्हणतच तो खाली कोसळला.

मकारची कहाणी संपली होती. त्यानं मला वेळेची जाणीव करून दिली. आम्ही जायला निघालो. नजर अजूनही त्या अंधारातच हरवलेली होती. जणू त्या धाडसी वीराला अन् त्याच्या तितक्याच साहसी प्रियेला हुडकत होती. समोरच्या उसळत्या सागराकडे पाहू लागलो, तर तिथंही त्याच वीरांगनेची छबी लाटांमधून उंचावत राहिली. पायथ्याशी दुसरी, तेवढीच बलशाली लाट झेप घेत होती. तो मात्र नक्कीच झुबेर असावा. शरणागती देणारा. आपल्या पौरुषाची अन् सामर्थ्याचीही. दोन्ही लाटा 'एकमेकीं' वर आरूढ होत राहिल्या. पण एकमेकींशी बरोबरी मात्र नाही करू शकल्या. कारण दोन्हीही तितक्याच वेगवान आणि तितक्याच तुल्यबळ होत्या. एकरूप होऊ पाहत होत्या खऱ्या; पण झाल्या मात्र नाहीत. कारण मार्ग वेगळा होता, दिशा भिन्न होत्या. त्यामुळे ध्येयाचा किनारा मात्र हाती नाही लागला. तो दूरच राहिला. दूर... दूर... अधिकच होत राहिला.

■

चिंगीझ ऐतमातव (१९२८)

सोव्हिएत किरगिझियाचे लेखक. उदंड लोकप्रियता व अनेक सर्वोच्च साहित्यिक व राजकीय सन्मानांचे मानकरी. ॲकॅडेमिशियन. सोव्हिएत संघाचे 'ल्यूकसेमबूर्ग' मधील राजदूत (१९९०-९१)

रशियन व किरगिझियन भाषांमध्ये लिखाण. 'जमिल्या' (प्रस्तुत दीर्घकथा - १९६३), 'पांढरं जहाज' (१९७०), 'आणि शतकाहूनही मोठा वाटणारा दिवस' (१९८०), 'वधस्तंभ' (१९८६) इ. असंख्य समर्थ साहित्यरचना. कधी तत्त्वज्ञानाकडे झुकणारे, कधी सामाजिक नीतिबंधनांशी नातं सांगणारे, तर कधी आधुनिक वातावरणाशी एकनिष्ठता दाखवणारे कथाविषय. लिखाण आजच्या पिढीतही अतिशय लोकप्रिय.

तिची आठवण झाली की वर्तमानाचा मला विसर पडतो. मी लहान होतो. अगदी फुलपाखराएवढा. माझं मन त्या ऐन तरुण वयातील कोवळ्या, मखमली उन्हात बागडू लागतं. ती म्हणजे जमिल्या. नात्यानं माझी थोरली वहिनी.

आमच्याशी जवळीक असलेलं आणखी एक घर होतं. आम्ही त्याला 'धाकटं घर' म्हणत असू. एक दिवस दुर्दैवानं त्या घराचा धनी निवर्तला. त्या काळच्या रूढीनुसार मुलाबाळांनी भरलेलं घर उघड्यावर टाकायचं नाही, असा एक दंडक होता. म्हणून वडीलधाऱ्या मंडळींनी पुढाकार घेऊन माझ्या वडिलांचं दुसरं लग्न 'धाकट्या आई'शी लावून दिलं होतं. तेही घर मला माझ्या घराइतकंच प्रिय होतं. विशेषतः जमिल्यामुळे. ती 'धाकट्या आई' ची सून होती. मी तिला 'जिने' (थोरली वहिनी) म्हणायचो, आणि ती मला 'किचिने बला' (धाकटे भाऊजी). आमचं दोघांचं छान मेतकूट जमायचं.

ते दिवस फार कठीण होते. 'युद्धाचा राक्षस' कैक वर्षं आमचं आयुष्य व्यापून राहिला होता. आमच्याहून मोठ्या पिढीतील सर्व- वडील, भाऊ सगळे सैन्यात दाखल झाले होते.

दोन्ही घरांतील संपूर्ण व्यवहार माझी आईच पाहायची. वेळप्रसंगी योग्य सल्ला

सोडुनिया घर नाती-गोती

चिंगीझ ऐतमातव

द्यायचा आणि घरात कोणत्याही वस्तूची उणीव भासू द्यायची नाही, ही तिची मुख्य जबाबदारी असायची. माझे वडील हयात असूनही तिच्या कर्तबगारीमुळे त्यांच्या अनुपस्थितीत दोन्ही घरांचं कर्तेपण माझ्या आईकडे आलं होतं.

मी घरात सर्वांत धाकटा. फारसा अनुभव माझ्या गाठीशी नसूनही घरगुती व्यवहारात मी बऱ्याच वेळेस दखल घेत असे. कारण त्या वेळेस घरात दुसरं कोणी पुरुषमाणूस नव्हतं. कधी कधी मला थट्टेनं सारे 'धाकटे मालक' म्हणायचे. माझ्या अंगावर मूठभर मांस चढायचं. शिवाय माझ्या आईची इच्छा होती, की मी वडिलांसारखा घुमेपणानं नांगरणी-पेरणीत वेळ न घालवता जगाच्या दृष्टीनं लायक, कर्तबगार बनावं.

आम्ही नित्यनेमानं एका बग्गीत धान्य घालून ते सरहद्दीपर्यंत पोचतं करायचो. त्याचा शिधा आमच्या सैनिकांपर्यंत पोचवला जायचा. एक दिवस घरी परत येताना पाहिलं, तर माझी आई आमच्या वाडीच्या मुकादमाबरोबर काही हुज्जत घालीत होती. जवळ गेल्यावर समजलं, की बोलणं जमिल्याविषयी चाललं होतं. मुकादमाची इच्छा होती, की काम करणारे हात कमी पडत असल्यामुळं आईनं वहिनीलाही आमच्याबरोबर कामाला पाठवावं. आई खवळली होती.

''तुझं डोकं ताळ्यावर आहे का? काय बरळतो आहेस? माझी सून; आणि असल्या कामाला जुंपायची? ते कदापि शक्य नाही.''

मुकादम आईची समजूत घालीत म्हणाला,

''फक्त काही दिवसांचाच प्रश्न आहे. तुम्हाला तिला एकटीला पाठवायचं नसलं, तर तिचा हा दीर आहेच. चांगला दणकट गडी आहे. त्याला पाठवा सोबतीला. हवं तर मी दनियारलाही पाठवतो. नुकताच हद्दीवरून परतला आहे. अगदी सरळमार्गी माणूस आहे बिचारा. मग तर तुम्हाला कसली काळजी नाही ना?''

मुकादमानं माझी अशी शिफारस केल्यावर मी जणू हवेत तरंगू लागलो. गंभीरपणाचा आव आणून मी म्हणालो,

''आई, तू तरी उगीच एवढी काळजी करतेस! तिला काय लांडगे-वाघ खाणार आहेत का? '' पण आईनं मला लगेच हटकलं, ''तुला रे काय माहीत? मोठा आलाय वडीलकीचे उपदेश करणारा.''

यावर त्वरित माझी रदबदली करीत मुकादमानं म्हटलं,

''त्याला नाही, तर आणखी कोणाला माहीत असणार? नाही म्हटलं, तरी तो आता कारभारी नाही का दोन घरांचा? तुम्हाला तर त्याचा केवढा अभिमान वाटला पाहिजे.''

पण आई अजून माझं कर्तेपण मानायला तयार नव्हती. ती पुटपुटत म्हणाली,

''अहो कसला कारभारी न् कसलं काय! अजून मिसरुडदेखील फुटलं नाही

आणि जबाबदारी म्हणाल, तर शून्य. एकदा सकाळी गेला, की संध्याकाळी केव्हातरी तोंड दाखवणार. माझा खरा कारभारी कुठं असेल, कुणाला माहीत! त्याच्याविना घर; घर नाही उरलं.''

अखेर हो-नाही म्हणत आईनं मुकादमाच्या मागणीला रुकार दिला. पण त्या वेळेस या साऱ्या प्रकरणाची इतिश्री कशी होईल, हा विचारदेखील आमच्या मनाला शिवला नाही.

जमिल्या काय उत्तम रीतीनं करेल, याविषयी मला जराही शंका नव्हती. कारण ती एका तबेलदाराची मुलगी होती. घोड्यांच्या संगतीतच ती वाढली होती. सदिक - तिचा नवराही घोड्यांचा उत्तम पारखी होता. कुणी म्हणतात, एक दिवस जमिल्यानं त्याला घोडदौडीत मागं टाकलं, म्हणून त्यानं तिला पळवून नेऊन तिच्याशी लग्न केलं. कुणी म्हणतात, त्यांचं आधीपासूनच प्रेम होतं. काहीही असेल, पण लग्नानंतर मात्र दोघं चार महिनेच जेमतेम एकत्र राहिले. नंतर सदिकला लगेच सैन्यात दाखल व्हावं लागलं. तिला दुसरं कुणी भाऊ-बहीण नसल्यामुळे तिच्या वडिलांनी तिला मुलासारखंच वाढवलं होतं, आणि तिचं वागणंही एकूण पुरुषीच वाटायचं. काम करतानाही पुरुषाला लाजवेल असाच तिचा नूर असायचा. तशी बऱ्याच बाबतीत शेजाऱ्यापाजाऱ्यांशी ती जमवून घ्यायची. आपणहून कोणाच्या वाटेला जायची नाही, पण कारण नसताना तिला कुणी डिवचलं, तर मात्र त्या माणसाची शंभर वर्षं भरलीच म्हणून समजा. माझी आई सांगायची, वेळ पडली तर झिंज्या उपटायलाही जमिल्या मागं नाही पाहायची. कैकदा शेजारी जमिल्याच्या कागाळ्या सांगण्यासाठी आईकडे धाव घेत.

''तुझी सून मात्र चांगलीच तिखट जिभेची आहे. बोलूनचालून कालची पोर; पण तोरा तो केवढा!'' माझी आई मात्र नेहमी कौतुकानं सुनेचीच बाजू घ्यायची.

''कुठं बिघडलं तिनं असं तिखट असलं म्हणून? माझी सून नेहमी खरं तेच बोलते आणि तेही तोंडावर. बाकीच्यांसारखी नाही.''

त्या काळच्या रूढीनुसार माझे आई-वडील जमिल्याशी सून म्हणून कडक शिस्तीनं किंवा दुराव्यानं कधीच नाही वागायचे. तिच्यावर त्यांचा फार जीव होता. त्या दोघांचीही एकच इच्छा होती- जमिल्यानं आपलं ईमान कायम राखावं- अल्लाहशी आणि नवऱ्याशी.

त्यांचं म्हणणंही बरोबर होतं. जमिल्याकडे पाहून त्यांना कोण दिलासा वाटायचा! पण आईचं मात्र मला कधी कधी कोडं पडायचं. ती तशी कडक स्वभावाची आणि फार करारी बाई होती. तिला कुटुंबातील साऱ्या मंडळींनी तिच्या हुकमावर हुकूम वागलेलं आवडायचं; मग ती सुनेच्या बाबतीत एवढी मवाळ का असायची? मला वाटतं, आईला जमिल्याचं सडेतोड वागणं आवडत असावं. कदाचित ती सुनेमध्ये

स्वतःइतक्याच सामर्थ्यवान स्त्रीचं रूप पाहत असेल. वेळ आल्यानंतर तिनं तिला सुनेच्या कर्तव्याची जाणीव नक्कीच करून दिली असती. म्हणूनच खूपदा जमिल्याशी बोलताना ती आपलं मन मोकळं करायची.

"मुली, केवळ अल्लाहची मेहेरबानी म्हणूनच तू एवढ्या मोठ्या घरात आली. तुझं नशीबही बलवत्तर. आता तुझ्याकडं मागणं एवढंच- आमचा वंश वाढता ठेव आणि घरातली चूलही कधी विझू देऊ नकोस. बाकी आम्ही जे कमावलेलं आहे, ते सारं तुलाच मिळायचं आहे. पण एक गोष्ट मात्र लक्षात ठेव- जिथे स्वाभिमान आहे, जिथं विवेकाची चाड आहे, तिथेच सुख नांदू शकतं- एरवी नाही."

तरीसुद्धा जमिल्याच्या वागण्यातील खूप गोष्टी आईला खटकायच्याच. कधीकधी तिचा पोरकटपणा शिगेला पोचायचा. तिचं ते सातमजली हसणं, घरातील मोठ्या मंडळींचं भान न ठेवता तारसुरात गाणी म्हणणं- आईला हे सारं पसंत नसायचं. पण तिला वाटायचं, अल्लड पोर आहे; येईल समजूत काही दिवसांनी आपसूकच.

दिसायला जमिल्या छानच होती. अगदी नक्षत्रच म्हणा ना! उठावदार बांधा, ऐटदार चाल आणि पाठीवर रुळणाऱ्या दोन दाट लांबसडक वेण्या. आमची पुरुषमंडळी- विशेषतः छावणीतून परतलेली- वळूनवळून तिच्याकडे पाहत राहायची. तिच्या खट्याळ स्वभावामुळे तर तिच्याकडे सगळ्यांचं फारच लक्ष जायचं. मग माझ्यातला मत्सर जागा व्हायचा आणि मग तिच्याभोवती कोणी तरुण पुरुष गोंडा घोळताना दिसले, की मग माझी लुडबुड सुरू व्हायची. हो, मला तिचा फार, फार अभिमान होता. ती माझी वहिनी होती, एवढी एकच गोष्ट मला मान उंच करून चालायला पुरेशी होती. तिचं सौंदर्य, तिचा तडफदारपणा इतर कुणातच नव्हता. आम्हा दोघांची फार दाट मैत्री होती. एकमेकांपासून आम्ही काहीच लपवत नसू.

त्या काळात आमच्या वस्तीत फार कमी पुरुष मागं उरले होते. शिपाईगडी सारे सरहद्दीवर गुंतलेले. याचा फायदा घेऊन ते मुलींना फार छेडायचे, वाट अडवून त्रास द्यायचे. त्यांना वाटायचं, त्यांच्या इशाऱ्यासरशी मुलींनी त्यांच्या पायाशी येऊन लोळण घ्यावी. एकदा असाच आमचा एक दूरचा नातलग- अस्मोन- तिच्याशी लगट करू लागला. त्याला फार घमेंड होती, की एकही मुलगी त्याला अव्हेरू शकणार नाही. पण जमिल्यानं त्याला एखाद्या किड्यासारखं दूर झटकलं. अस्मोनची जीभ त्याच्या ओठांवरून फिरत होती. डोळ्यांत राक्षसी वासनेनं पेट घेतला होता.

"काय गं, कशाला नखरे दाखवतेस? नवरा तिकडं कुठं दूरवर गेलेला. तुझी उपासमार चाललेली तर मी बघतोच आहे. पण आव केवढा आणतेस." जमिल्यानं वळून त्याच्याकडे बघितलं. जिभेला चांगलीच धार चढली होती.

"का रे? उपासमार तर माझी चालली आहे; पण तुला चेकाळायला काय

झालं? अरे, आणखी कैक युगं मी सैनिकाची पत्नी होऊन मिरवेन, पण तुझ्यासारख्या डुकराला कधीही भीक घालणार नाही.''

मी हे सर्व डोळ्यांनी पाहत होतो. कानांनी ऐकत होतो. तिचं लक्ष माझ्याकडे जाताच मी तिला म्हणालो,

''जिने, तू कशाला असल्या लोकांना उत्तर देत बसतेस? ''

तिच्या सुरात कोण हळवेपणा दाटून आला.

''किचिने बला, अरे, यांच्यासारख्या कावळ्यांना काय समजावं, की एकट्या स्त्रीला किती वादळं पचवावी लागतात? की तसे पुरुषच कुणी आज उरले नाहीत?

त्या दिवशी मी सदिकला- जमिल्याच्या नवऱ्याला पत्र लिहायला घेतलं. आम्हा लोकांत आमचे स्वतःचे कायदे आणि चालीरीती. भाऊ पत्र वडिलांच्या नावावर लिहायचे. पोस्टमन ती सारी पत्रं वडिलांच्या हातात देत असे; आणि ती वाचून दाखवायचं काम मात्र माझं असायचं. वाचण्यापूर्वीच त्यातील मजकूर मला माहीत असायचा. आधी सर्व वडीलधाऱ्यांची वास्तपुस्त. मग वडिलांना दंडवत. त्यानंतर थोरली आई आणि मग मान धाकट्या आईचा. मागाहून आम्हा भावंडांचा उल्लेख क्रमाक्रमानं होत असे आणि पत्राच्या अगदी शेवटी, कुठंतरी कोपऱ्यात अगदी जाता जाता लिहिलेले त्याचे औपचारिक शब्द- 'आणि माझ्या पत्नीला- जमिल्यालाही सांगावं...''

आईच्या सांगण्याखातर मी त्यांचं पत्र पुन्हा पुन्हा वाचून दाखवत असे. जर जमिल्या घरात असेल, तर ती स्वतः वाचायची. प्रत्येक वेळेस सदिकचं पत्र हातात घेताना ती कोण कावरीबावरी व्हायची! तिची नजर प्रत्येक ओळीच्या खालीवर धावत राहायची. पण जसजसा पत्राचा शेवट जवळ येत जाई, तसतशी अधिकाधिक दुःखी, उदास होत जाई. आपल्या नवऱ्यानं पत्राच्या शेवटी राखून ठेवलेला कोपरा तिला बोचू लागायचा. तिची ही अवस्था आईच्या लक्षात आल्याविना राहायची नाही. मग ती जमिल्याची समजूत घालायची.

''मुली, तू अशी एकटीच आहेस का नवऱ्याविना उदास होणारी? दुःख सर्वांचं आहे, सर्वांच्या बरोबरीनं त्याला सामोरं जा आणि वाईट वाटलंच, तरी असं लगेच दाखवू नये चेहऱ्यावर.''

जमिल्या पुन्हा गप्प. तिची नजर जणू आईला सांगायची,

''तुम्ही स्त्री असूनही मला समजून घेऊ शकत नाही का? ''

काही दिवसांनी सदिकचं पत्र आलं. तो दवाखान्यात आजारी होता. कदाचित आजारपणात रजा मिळून तो घरी येऊ शकेल, असं त्याला वाटत होतं. सर्वांनाच त्याच्या येण्याची बातमी वाचून आनंद झाला.

त्या दिवशी मला घरात थांबवेना. मी माळरानाच्या दिशेनं गेलो. सहसा रात्री मी

तिथंच झोपायचो. हळूहळू दऱ्याखोऱ्यातून घोंघावणारा वारा मंदावला. शांत, निळ्या आकाशातून चंद्रही डोकावू लागला. मी जमिनीला पाठ टेकली. काही वेळानं तिथं दनियारही आला. माझ्याच शेजारी त्यानं अंथरूण टाकलं. काही वेळानं उठला, न् नदीच्या दिशेनं धीमी-धीमी पावलं टाकीत चालत गेला. ही त्याची रोजचीच सवय होती.

दनियार मूळचा आमच्याच वाडीतला. पण त्याचे आई-वडील तो लहान असतानाच निवर्तल्यामुळे काही वर्षं तो आजोळी राहण्यासाठी गेला. त्यानंतर पोटासाठी खूप वणवण भटकला. वेळ आली, तसा सैन्यात दाखल झाला. एक दिवस आमच्या वाडीतलाच एक छोटा मुलगा धावत आला, अन् त्यानंच बातमी दिली, कोणी एक जखमी शिपाईगडी वस्तीत येऊन दाखल झालाय. दनियारची ओळख पटताच वस्तीतल्या लोकांनाही बरं वाटलं, की तो पुन्हा आपल्या मूळ गावी परतला. दिसायला तो देखण्यात जमा होणारा नव्हता, पण अंगानं चांगलाच उंचापुरा न् धिप्पाड होता. डाव्या पायानं तो थोडासा लंगडायचा. बोलायचाही फारच कमी. आपल्याशी बोलत असला तरी वाटायचं, तो दुसराच कसला तरी विचार करत आहे. पण कामाला मात्र दनियार वाघ होता. मोठ्या चपळाईनं आणि वेळच्या वेळी सारी कामं करायचा. तरीसुद्धा त्याच्या एकलकोंड्या स्वभावामुळं तो फारसा कोणच्या नजरेत भरायचा नाही- तरुण मुलींच्या तर नाहीच नाही. आम्ही मुलं त्याच्या पाठीवर त्याची खूप टर उडवायचो. त्याचा सदरा हा तर आमच्या टीकेचं नेहमी लक्ष्य असे. कारण त्याला एकच एक सदरा होता. तो स्वतःच धुवायचा, आणि खूपदा अर्धवट वाळलेलाही अंगात तसाच सरकवायचा.

एक दिवस सकाळी लकरच मी व दनियार घोडे बांधून तयार झालो. तेवढ्यात तिथं जमिल्याही दाखल झाली. गाड्या जशा तयार झाल्या, तशी ती दनियारकडे वळून म्हणाली,

"ओ हो! तू कोण रे? दनियारच ना? पुरुषासारखा पुरुष दिसतोस, चल, होऊ दे तुझी गाडी पुढं..." दनियारनं मुकाट्यानं घोड्यांना थोपटलं आणि गाडी पुढं काढली.

संध्याकाळी परत येत असताना वाटेतच आम्हाला दनियार भेटला. जमिल्याकडे पाहून त्यानं एक रुक्ष, जळजळीत कटाक्ष टाकला. तिनं त्याची दखलही घेतली नाही. हे सारं तिच्या लहरीवर अवलंबून असायचं. तिनं घोड्यांना वेगात उधळलं. दनियार मागं राहिला. धुळीच्या लोटांमध्ये दिसेनासाही झाला. जरी जमिल्याचा उद्देश त्याला दुखवायचा नसला, तरी आमच्या मुलखात स्त्रीकडून अशी थट्टा कोणी खपवूनही नसती घेतली. मला नवल वाटायचं, की जमिल्यानं कधी मस्करी केली, किंवा कधी संपूर्ण दुर्लक्ष केलं, तरी दनियारच्या चेहऱ्यावर कधी संतापाची छटाही उमटायची नाही. मी तिला म्हणायचोदेखील,

''जाऊ दे गं, तू कशाला त्याची एवढी टिंगल करतेस? बिचारा अगदी गरीब आणि निरुपद्रवी आहे.''

त्यावर तिचं उत्तर ठरलेलं असायचं, ''हुं! मी सहजच म्हणाले. नाहीतरी त्या एकलकोंड्यावर याचा काय परिणाम होणार आहे? ''

तसा मीही थोडाफार त्याच्यावर नजर ठेवून होतो. त्याची नजर कधी जमिल्यामध्ये गुंतलेली वाटली, तरी तशा कल्पनेनंही मी अस्वस्थ व्हायचो. तिच्या हालचाली तो निरखून पाहत राहायचा. कधीकधी मी त्याच्याकडे प्रतिस्पर्ध्याच्या विषारी नजरेनं पाहत राहायचो. काहीही झालं, तरी दनियारला मी माझ्या सुंदर, गुणी वहिनीच्या तोलामोलाचा मानायला तयार नव्हतो.

एक दिवस मात्र ही थट्टा-मस्करी आमच्या चांगलीच अंगाशी आली. जी धान्याची पोती आम्ही वाहून न्यायचो, त्यात एक भलं मोठं पोतं होतं. एकट्या गड्याला तर ते आवरलं नसतंच, पण दोघांनाही ते शक्तीबाहेरचं होतं. कुणाचं लक्ष नाही, असं पाहून ते पोतं आम्ही दनियारच्या गाडीत टाकलं आणि नंतर इतर लहान-मोठ्या पोत्यांनी ते झाकून आपल्या कामाला लागलो. ज्या वेळेस सर्व पोती गाडीत चढवून झाली व आम्ही जायला निघालो, तेव्हा जमिल्यानं डोळे मिचकावून दनियारकडे माझं लक्ष वेधलं. गाडीत उभा राहून तो गोंधळलेल्या नजरेनं अंदाज घेत होता, की एवढं मोठं पोतं आलं कुठून? तो इकडे-तिकडे पाहू लागला आणि जमिल्याकडे लक्ष जाताच सारा प्रकार त्याच्या लक्षात आला. हसूनहसून तिची मुरकुंडी वळली होती.

दनियारनं धगधगत्या नजरेनं एकवार आमच्याकडे पाहिलं, नंतर ते पोतं उचलून खांद्यावर टाकलं आणि गाडी हाकली. आधी आम्ही असा बहाणा केला, की जणू आपण त्या गावचेच नाही. पण जशी त्याची गाडी धावू लागली, तसा जमिल्याचा जीव घाबरा झाला. तिनं त्याचा पाठलाग सुरू केला.

''ते पोतं खाली टाक, दनियारा. अरे, मी थट्टा केली. ''

''चल, बाजूला हो.'' दनियारनं तिला हटकलं.

''ते बघ, किचिने बला; अरे तो पोतं वाहून नेत आहे. '' जमिल्या भेदरलेल्या अवस्थेत म्हणाली. अजूनही तिचं हसणं कमी झालं नव्हतं. पण आता थट्टा लोपून तिची जागा भीतीनं घेतली होती.

ओझ्यामुळे दनियारचा दुखऱ्या पायाकडे अधिक झोक जाऊ लागला. मूळचा तो अपंग होताच. पण हे आमच्या आधी कसं नाही लक्षात आलं?

''परत फिर, दनियारा'' जमिल्या पुन्हा एकदा बोलली. पण आता परत फिरणं त्याला शक्य नव्हतं. कारण मागून खूप गाड्या धावत होत्या. दनियार पोतं फेकून देऊ शकला असता, पण त्याला तिनं भेकड ठरवला असता, हे तोही ओळखून

होता. त्याची ती धडपड पाहून माझ्या घशाला कोरड पडली. एवढ्यात मागून कोणीतरी येऊन माझे हात घट्ट पकडले.

ती जमिल्या होती. भीतीनं पांढरीफटक पडली होती. सर्वांचेच श्वास रोखले होते. त्यानं आमच्या मुकादमाचं सांगणंही ऐकलं नाही.

शेवटी एकदाचे आम्ही पोचलो हद्दीपर्यंत. दनियारनं पोतं खाली टाकलं. त्याचे हात खांद्यापासून खाली जणू लोंबकळू लागले. नजर वर करून त्याच्याकडे बघायची हिंमत नाही झाली- जमिल्याची आणि माझीही. शरमेनं आम्ही काळेठिक्कर पडलो होतो. दनियारचं चालणं अधिकच दुखऱ्या पायाकडे झुकलं होतं.

रात्री परत येताना आम्ही सारे गप्प होतो. दनियार नेहमीच अबोल असायचा. त्यामुळे त्याचा राग कितपत कायम आहे, याचा अंदाज नव्हता येत. तो आमच्या पुढं चालला होता. हवेत हलकासा गारठा होता. त्यात शरदाचं शुभ्र चांदणं. आम्ही दृष्टिपथात येणारी एक एक चांदणी मोजत पुढं चाललो होतो. जमिल्या इकडे-तिकडे पाहत काही गुणगुणत होती. हळूहळू मोत्याचा सर ओघळत जावा, तसे तिच्या सुरेल गळ्यातून सूर ओघवते होत होते.

तिनं गाणं अचानक थांबवलं, आणि मोहरा दनियारकडं वळवला, ''ए दनियारा! तू म्हण ना रे गाणं.''

त्यानं काही उत्तर दिलं नाही. पण ती त्याच्याशी बोलायला निमित्त हुडकत होती, एवढं मात्र नक्की. तिनं दनियारची पाठ सोडली नाही.

''दनियारा, तू कधी प्रेम केलंयस का रे? आणि असं म्हणून पुन्हा खिदळू लागली नेहमीप्रमाणे. पण तरीही तो गप्पच. काही वेळानं तिनंही नाद सोडून दिला.

दनियारनं घोड्यांचे लगाम खेचले आणि आम्हाला अपेक्षाही नसताना चोरट्या आवाजात काही गाऊ लागला.

''लपेटली निळाईत,
पर्वतराजा सावळी ही भूमी माझी;
भूमी माझ्या वडिलांची...''

आणि गातागाता एकाएकी तो थांबला. बहुधा त्याच्या गाण्याविषयी आमचं मत त्याला जाणून घ्यायचं असेल. त्याचा आवाज चांगलाच होता. त्यात पहाडी, मर्दानी सैनिकाचा जोश होता आणि कवीचा हळुवारपणाही होता. याबद्दल कुणाचं दुमत नसतं झालं. जमिल्याची इच्छा नव्हती, त्यानं थांबावं म्हणून.

''इतके दिवस कुठं होतात रे दनियारा? म्हण, पुन्हा म्हण.
आणि सुरांना मोकळं कर. चौफेर धावू दे त्यांना.''

दनियार पुन्हा गाऊ लागला. त्याचा आवाज हळूहळू खुलत गेला. बघता बघता सूर षड्जापर्यंत झेपावले. साऱ्या आसमंतात त्याचे सूर अवघे भरून राहिले होते.

त्या हिंदोळ्यांवर आम्ही डोलू लागलो. जमिल्या गाणं ऐकता ऐकता स्वतःला हरवून गेली. मी तर आकंठ आश्चर्यात बुडालो होतो. दनियार एवढं सुंदर गाऊ शकतो? कोणी कधी विश्वासही ठेवला नसता, की दनियार असं झाकलं माणिक असू शकेल, म्हणून. मला हळूहळू त्याच्या घुमेपणचा, एकलकोंडेपणाचा अर्थ ध्यानी येऊ लागला. रोज रात्री उठून तो एकटाच नदीच्या दिशेनं का चालत जायचा, हेही समजलं. नदीकाठी शांत, नीरव वातावरणात ऐकू येणारे लाटांचे सूर तो कानात साठवत राहायचा. निळ्या आकाशातील चांदण्यांची कलाकुसर, कधी ढगांची शर्यत तर कधी चंद्राचा लपंडाव पाहून त्याला प्रेमाचं भरतं यायचं. दनियार हा माणूस पुरेपूर प्रेमात बुडलेला होता. पण हे प्रेम कुण्या दुसऱ्या माण्सावर नव्हतं, ते होतं निसर्गावर, त्याच्या मातृभूमीवर. जे काही उपेक्षेचं आयुष्य त्याच्या वाटेला आलं होतं, तेही त्याला प्राणांपलीकडे प्रिय होतं.

दनियारचं गाणं आता नित्यनेमानं ऐकायला मिळू लागलं. एक गोष्ट मात्र खरी- त्याच्या गाण्यानं आमच्या आयुष्यात नक्कीच नवीन सकाळ डोकावू लागली होती आणि जमिल्या कोण बदलली होती! तिचा पोरकटपणा, पुरुषी वागणं, ते मोठ्या स्वरात हसणं-खिदळणं कुठल्या कुठं अदृश्य झालं होतं. ती अबोल झाली होती. दनियारच्या गाण्यानं तिच्यातील खरी पहाडी स्त्री उमलू लागली होती. मूळ स्त्रीसुलभ मार्दव जागं झालं होतं. नजरेत लज्जा, संकोच उमटला होता. असं वाटायचं, ती सदैव संध्याकाळ होण्याची, अन् पुन्हा त्या सुरात हरवून जाण्याची वाट पाहत आहे. दनियारच्या गाण्याची मोहिनी अशी जगावेगळी होती.

मी स्वतः रक्ताचा चित्रकार होतो. चित्रकला नुसती आवडीची नव्हती, तर माझ्या चित्रात कला असायची. मी त्यात जीव ओतायचो. दनियारच्या गाण्यानं माझ्या नजरेसमोर अनेक रंगांचे, आकारांचे आणि संकेतांचे गालिचे उलगडू लागले. त्याचं प्रत्येक गाणं हा एक नवा अनुभव होता, एक नव्या चित्राची नांदी होती.

एक दिवस संध्याकाळी जमिल्यानं दनियारला म्हटलं,

"जरा तुझा सदरा काढून देतोस? मी नदीवरून स्वच्छ धुवून आणून देते." तिनं सदरा धुवून आणला आणि एका दगडावर वाळत टाकला. त्यावर तिचे नाजूक हात फिरू लागले. मधूनच ती मान हलवायची. तिच्या नजरेत एकलेपणा, खिन्नता दाटून यायची.

त्या दोघांची मैत्री, नातं काय होतं, हे अजून माझ्या लक्षात येत नव्हतं. किंबहुना मी तसा विचारही मनात आणायला धजत नव्हतो. पण एक गोष्ट मात्र माझ्या नजरेनं नेमकी हेरली. एकीकडे ती दनियारला टाळण्याचा प्रयत्न करीत होती; पण तो आसपास दिसला नाही, तर मात्र तिच्या जिवाची कोण घालमेल व्हायची!

कधीकधी वाटायचं, तिला मला काही सांगायचंय आणि असं काही ऐकायला मी कधीचा आतुर होतो. पण ती कधी बोलकी झाली नाही. अलीकडे तिचा चेहरा फार निस्तेज दिसायचा. नजर कायम कुण्या दूर विश्वात हरवलेली. काहीतरी तिला खुपत होतं, एवढं मात्र नक्की. पण ते तिनं कधी ओठांबाहेर नाही येऊ दिलं. अखेर तिचा अबोलाच बरंच काही सांगून गेला. तिनं सतत दनियारचा ध्यास घेतला होता. तिनं सुखी व्हावं असं मलाही फार वाटायचं, पण ते उघडउघड बोलण्याचं धाडस मी कसं करू शकत होतो? काही झालं तरी ती आमच्या घरची सून होती. माझी वहिनी होती.

पण एक दिवस अचानक मला साऱ्या प्रकाराचा उलगडा झाला.

आम्ही नेहमीप्रमाणं काम संपवून घरी परत चाललो होतो. अंधाराचं जाळं झपाट्यानं पसरत चाललं होतं. झाडावेलींवर पेंग रेंगाळू लागली होती. जागं होतं ते फक्त दनियारचं गाणं. ते आम्हा दोघांनाही जागवीत होतं. भारल्याप्रमाणं आम्ही त्याच्या गाडीमागून चाललो होतो. आज त्याचं गाणं स्त्रीच्या सौंदर्याला आळवीत होतं. हलके हलके सूर तारसप्तकाला जाऊन भिडले. जमिल्याच्या डोळ्यांत पाणी तरारलं. क्षणार्धात चपळाईनं तिनं दनियारच्या गाडीत झेप घेतली आणि हळूच थोडं पुढं होऊन त्याच्या खांद्यावर तिनं डोकं ठेवलं. दनियार गाण्यात नवनवे रंग भरत होता. आजचं गाणं हे तिच्यासाठी होतं, नवा आकार घेऊ पाहत होतं आणि मला मात्र नियतीच्या एका नव्या चित्रातील छटा हळूहळू उलगडू लागल्या होत्या. माझ्यातला चित्रकार जागा झाला, मला त्या दोघांनाही याच सुखी क्षणी टिपायचं होतं.

दुसऱ्या दिवशी सकाळी मी कामावर हजर झालो. आज जमिल्याचा नूर काही वेगळाच होता. सारी रात्र ती झोपली नसावी. चेहरा त्रासलेला होता. नजर स्थिर नव्हती. माझ्याकडे पाहिलं न पाहिल्यासारखं केलं आणि मुकादम येताच त्याच्याकडे गेली.

''माझी गाडी परत घ्या. मला दुसरं कोणतंही काम द्या. मी उद्यापासून या कामावर मात्र जाणार नाही.'' जमिल्या म्हणाली.

मुकादमला वाटलं, कोणी तिला बोललं असेल. तो म्हणाला,

''रोज तर खुषीत जातेस. आज असं एकाएकी काय झालं?''

''तुम्ही कृपा करून मला जास्त छेडू नका. सांगितलं ना, नाही जायचं मला म्हणून. नाही म्हणजे नाही!'' जमिल्या हट्टानं उत्तरली.

बघता बघता त्याच्या चेहऱ्यावरचं हसू मावळलं.

''जाणार नाहीस याचा अर्थ काय? तुला कोणी त्रास देत असेल, तर नाव सांग त्याचं. एकदा त्याला सरळ करतो आणि तसं नसेल, तर जास्त नखरे करू नकोस.

सैनिकांसाठीच शिधा नेतेस ना? आणि तुझा नवराही लढाईवर गेला आहे, हे विसरतेस?''

जमिल्या काही बोलली नाही. दाणदाण पाय आपटीत आपल्या गाडीकडे चालत गेली. दनियार तिथंच उभा होता. पाठमोरा. त्यानं सर्व संभाषण नक्कीच ऐकलं असणार.

त्या दिवशी आम्ही नेहमीपेक्षा लवकर घरी परत यायला निघालो. पण आज कोणीच बोलत नव्हतं. जमिल्या अस्वस्थ असल्यामुळे दनियारलाही गाणं सुचत नसावं. आज मात्र मी बरोबर पांढरा कागद घेतला होता. त्या दोघांना चित्रमय करण्यासाठी. मी अल्लाहकडे दुवा मागितला आणि चित्राला सुरुवात केली. त्या दिवशी कोण्या दैवी शक्तीमुळं असेल, पण माझं चित्र सुरुवातीपासूनच जागतं, जिवंत वाटू लागलं होतं. आधी मी दनियारची छबी रेखली आणि जमिल्याचं मोहक, कोरीव लेणं त्याच्या जवळच चितारलं. मी स्वतःच त्या दोन आकृतींमध्ये पूर्ण हरवून गेलो. माझे हात नकळत त्या चित्रांत अधिकाधिक जीव ओतत होते. एवढ्यात माझ्या कानावर कोणाचं तरी तुसडं बोलणं येऊन आदळलं.

''काय रे, ए बहिऱ्या! कुठं तंद्री लागली आहे? ''

ते दुसरं-तिसरं कोणी नसून जमिल्याच होती. मी भानावर येताच गोरामोरा झालो आणि ते चित्र लपवण्यासाठी धडपड करू लागलो.

''गाडीला घोडे कधीचे बांधून झालेत. एक तास झाला. आम्ही तुला हाका मारण्याचा सपाटा लावला आहे. तू आहेस कुठं? आणि ते हातात काय आहे? मला दाखव. मला तो कागद पाहायचाय. ''

तिनं ते चित्र माझ्या हातातून काढून घेतलं. खूप वेळ एकटक त्याकडे पाहत राहिली आणि मग गदगदल्या स्वरांत म्हणाली,

''किचिने बला, हे तू काय केलंस? हे चित्र मला दे. घेऊ? देशील? मी आठवण म्हणून जपून ठेवीन. घेऊ ना?'' माझ्या परवानगीची वाट न पाहताच तिनं ते चित्र घेतलं आणि जड पावलांनी गाडीच्या दिशेनं चालत गेली.

त्या दिवशी आम्ही स्टेशनवर रोजच्यापेक्षा लवकर येऊन पोचलो. भराभर धान्याची पोती आगगाडीच्या डब्यांमध्ये चढवली जात होती. दनियार खिन्नपणानं प्रत्येक धावत्या गाडीकडे पाहत होता. जणू त्याला कुण्या दूरच्या क्षितिजाचे वेध लागले होते. तेवढ्यात एका सैनिकानं सदिकचं- माझ्या भावाचं पत्र आणून दिलं. जमिल्यानं लगेच त्या पत्राचा ताबा घेतला आणि अधाशीपणानं ते वाचूनही काढलं. मला तिच्याकडे पाहवेना. तिचा चेहरा एवढा पडला होता. बहुधा सदिकनं नेहमीप्रमाणे पत्राच्या शेवटी फक्त एका शब्दानंच तिची बोळवण केली असावी. मीच म्हटलं,

''चल जिने, आपण घरी जाऊ या.''

पण ती अगदी खिन्न, सुन्न होऊन बसली होती. तिरसटून म्हणाली,

"तू पुढे हो, किचिने बला. मला एकटीला राहू दे."

आणि त्या दिवाशी मी प्रथमच एकटा घरी परतलो. रात्री नेहमीप्रमाणे नदीकाठी झोपायला गेलो. काही वेळानं दनियार तिथं आला. मी अजून जागाच होतो. तो काही वेळ नुसत्याच येरझाऱ्या घालत राहिला. सारखा रस्त्यावरून येणाऱ्या-जाणाऱ्यांची चाहूल घेत होता. मी मनात विचार आणला.

"आता काही दिवसांनीच माझा भाऊ- सदिक परत येईल. याचं काय होणार? आणि बिचारा जाईल तरी कुठं? ना आगा ना पिछा याला..." विचार करता करताच माझा डोळा लागला. काही वेळानं जाग आली, ती कुणाच्या पावलाच्या आवाजानं. इकडे तिकडे पाहत ती हळूच दनियारच्या उशाशी येऊन बसली. दनियारही बहुधा जागाच असावा.

"दनियारा, उठतोस? मी आलेय. आपणहून आलेय. रागावलास, दनियारा? ऊठ, मी तुला भेटायला आलेय." दनियारानं हात पुढे केले. वेगाने जमिल्या त्याच्या कुशीत झेपावली. मला त्यांचं बोलणं स्पष्ट ऐकू येत होतं.

"दनियारा, तुला काय वाटलं, मला तुझ्यापेक्षा सदिक अधिक प्रिय आहे? नाही, कधीच नाही: त्यानं मला कधीच जीव लावला नाही. कधी आठवण आलीच, तर तीही पत्राच्या शेवटी कुठंतरी कोपऱ्यात. कशाला हवं मला असलं बेगडी प्रेम! लोकांना काय म्हणायचं, ते म्हणू देत; मी मात्र तुला आता कधीच एकटा राहू देणार नाही. राहिलेला जन्म तुझ्या छायेत राहूनच जगेन."

दनियारानं तिच्या खांद्यावर हात ठेवले.

जमिल्यानं प्रतिसाद दिला. एकाकी वेलीला भक्कम वृक्षाची छाया कवेत घेऊ पाहत होती. मला वाटलं, सुखाची व्याख्या आणि वेगळी ती काय असते!

दिवस भराभर निघून जात होते. एक दिवस संध्याकाळी मी असाच नदीकाठी फेरफटका मारण्यास गेलो होतो. सुसाट वारा सुटला होता. सूर्य झपाट्यानं निरोप घेत दृष्टिआड होऊ पाहत होता. माझं लक्ष सवयीनं नदीच्या उथळ पात्राकडं गेलं. तेवढ्यात कोणी दोन आकृती झपाट्यानं नदीचं पात्र ओलांडून पुढं जात असलेल्या मी पाहिल्या. जरा नजर रोखून पाहताच मला समजलं - 'तो' दनियार आणि 'ती'! हातानं त्यानं जमिल्याला सावरलं होतं. जाता जाता दबलेल्या आवाजात दोघं काही बोलत होती. बघता बघता नदीकाठ पार करून ती दोघं झुडपात दिसेनाशी झाली. काय करावं, काही सुचेना मला. एकदा वाटलं, खूप मोठ्यानं ओरडून त्यांना हाक मारावी आणि थांबवावं. पण आवाजच उमटेना. माझी जीभ जणू टाळ्याला चिकटली होती. त्या दोघांना बहुधा आगगाडी पकडून कुठं दूर जायचं असेल. मी सर्व शक्तीनिशी ओरडलो.

"ज...मिऽऽ.. ल्याऽऽऽ!"

आऽऽऽ... ऐकू आला तो फक्त प्रतिध्वनी. जमिल्यापर्यंत कदाचित माझी हाक पोचलीच नसावी.

"ज...मिऽऽल्याऽऽ! जिने ऽऽऽऽ!" मी पुन्हा ओरडलो आणि काहीही विचार न करता सुसाट वेगानं धावू लागलो. समोर काही दिसत नव्हतं. पायाखाली काय आहे, समजत नव्हतं. एवढ्यात कशात तरी पाय अडकला आणि मी एकदम खाली आपटलो. तसाच पडून राहिलो. कारण उठण्याचं बळ अंगात उरलं नव्हतं.

संध्याकाळी खूप उशिरा मी घरी परतलो. तिथं ही गर्दी उसळली होती. कोण हलकल्लोळ माजला होता. कोणीतरी घोड्यांना लगाम बांधून तयार करीत होतं. आमच्या वस्तीतील म्होरके दनियारला शिव्यांची लाखोली वाहत होते.

"आमच्या मुलीबाळींना पळवून नेणारा अजून जन्माला यायचाय. जाऊन जाऊन कुठं जाईल? सातव्या पाताळातूनही त्याला हुडकून काढू."

मला घाम फुटला. वाटलं, या निर्दयी लोकांनी त्यांना गाठलं तर? पण हे विरुद्ध दिशेनं चालू लागले, तेव्हा मी जाणूनबुजून गप्प राहिलो. घरात शिरलो आणि वडिलांचा कोट पांघरून पडून राहिलो. कारण माझा रडून रडून सुजलेला चेहरा कोणाला दिसला असता, तर कोण अनर्थ माजला असता!

आमच्या वस्तीतील लेकी-सुना जमिल्याला दूषणं देत होत्या.

"काय मूर्खपणा केला तिनं ! भरल्या घरातून बाहेर पडली. आपल्या हातांनी पायावर धोंडा पाडून घेतला..."

"पण त्याच्यावर लट्टू व्हावं, असं होतं तरी काय त्या फकिरामध्ये? एक सदरा फटका अन् वहाणा - त्याही दळिद्री..."

"हे काही फार काही टिकायचं नाही. राहील चार दिवस त्याच्याजवळ अन् येईल ती परत."

फक्त मी एकटा गप्प होतो. मला त्या दोघांनाही शिव्याशाप द्यायचे नव्हते. असेल दनियार गरीब... असेल तो फाटका फकीर... पण त्याच्या मनाची श्रीमंती कुणी पाहिली होती? मी पाहिली होती, अनुभवलीही होती. जमिल्या कधीच परत येणार नव्हती.

वाईट वाटत होतं, ते फक्त आईचं. बिचारीनं चांगलीच हाय खाल्ली होती. कारण जमिल्यासारखी सून हे तिचं फार मोठं शक्तिस्थान होतं. तिच्यावर आईनं एका नाही, तर दोन घरांच्या भविष्याची सारी भिस्त टाकली होती. मला वाटलं, आईला जवळ घेऊन सांगावं, की शांत हो. दनियार वाटतो तसा भणंग-भिकारी नाही. तो जमिल्याला नक्की सुखी ठेवेल. पण असं सांगायची माझी हिम्मतच होईना.

काही दिवसांनी सदिक परतला. एक दिवस संतापाच्या भरात त्याचा पुरुषी अहंकार फणा काढून उभा राहिला.

"गेली तर गेली. तिची लायकीच ती. पण मला काय फरक पडतो? एका चुटकीसरशी सोनेरी परी उभी करीन घरात. समजते कोण स्वतःला?"...

एक दिवस संध्याकाळी सहज मन रमवण्यासाठी मी कागदावर काही रेखाटत बसलो होतो. आई आत काही काम करीत होती. तेवढ्यात सदिक येऊन हजर झाला. हातात एक कागद होता. डोळ्यांत अंगार फुललेला. हात आणि नाकपुड्या थरथरत होते. त्यानं माझ्या पुढ्यात तो कागद भिरकावला.

"हे चित्र कुणी काढलं?"

"मी." ते मी रेखाटलेलं दनियार अन् जमिल्याचं चित्र होतं. "आणि हा कोण आहे?"

"दनियार."

"नीच, विश्वासघातकी. तुला भाऊ म्हणायची लाज वाटते मला." असं म्हणून त्यानं त्या कागदाच्या चिठोऱ्या केल्या आणि धाडकन दार आपटून निघून गेला.

काही वेळानं आई तिथं आली. तिनं विचारलं.

"तुला हे सारं माहीत होतं?"

"हो. माहीत होतं."- मी नखांनी जमीन कुरतडत उत्तर दिलं. ती अगतिक होऊन काहीशा संतापानं माझ्याकडं पाहत राहिली. आणि जेव्हा मी जिद्दीनं पुन्हा या दोघांचं चित्र काढण्याची इच्छा दर्शवली, तेव्हा खिन्नपणानं तिनं नुसती मान हलवली.

त्या कागदाच्या कपट्यांकडे शून्य नजरेनं पाहत राहिलो. सदिकनं मला विश्वासघातकी ठरवलं होतं. असेन मी तसा. पण मी कोणाचा विश्वासघात केला होता? घराचा? त्याचा? की वंशाचा? मी सत्याची बाजू न्याय्य मानली. जमिल्याला पत्राच्या कोपऱ्यातील ती केविलवाणी पावती नको होती. म्हणूनच दनियारनं दिलेलं प्रेमाचं सिंहासन तिनं आनंदानं स्वीकारलं होतं.

जे धाडस जमिल्यानं दाखवलं होतं, तेच मलाही दाखवायचं होतं. माझा मार्ग मला हुडकायचा होता. माझं सुख स्वतःहून शोधायचं होतं. मी एक दिवस आईला म्हणालो,

"मी शिकायला शहरगावी जाणार. मला चित्रकार व्हायचंय. वडिलांना सांग. माझी फार फार इच्छा आहे."

मला वाटलं, हे ऐकून आई आकाशपाताळ एक करेल. पण एवढं ऐकूनही ती शांतच होती. माझ्या पाठीवरून हात फिरवीत ती म्हणाली.

"तुला जायचं आहे? जरूर जा. तुम्हाला आता पंख फुटले. कोण अडवणार तुम्हाला? आणि अडवायचं तरी कशाला? आम्ही चुकत असू कदाचित, अन् तुमची बाजू खऱ्याची असेल, असेलही. पण एक गोष्ट विसरू नकोस. चित्रकला

हा अखेर छंद आहे. त्यानं पोटाची सोय होऊ शकेलच असं नाही. कुणी सांगावं, नंतर तुझा विचार बदलेलही. जा तू. तुला हवं ते मिळव. नाव कमव. पण... या आईचं एक सांगणं आहे. कितीही उंच भरारी मारलीस, तरी या घरट्याला मात्र विसरू नकोस. उद्या तुमच्या पंखांवरच हे घरटं विसावायचं आहे. आज तुमच्या ठायी एकटी झेप घेण्याचं बळ आलंही असेल, पण आजवर त्यांना एवढी ऊबदार माया या घरट्यानंच नाही का दिली? बाकी आम्हाला काहीच मागायचं नाही. पण त्याचा आठव मात्र तुमच्या मनात सदैव तेवता हवा. आमचा दिवा... तो मात्र जागता ठेवा.''

■

(या कथेतील घटना जवळजवळ पाच दशकांपूर्वी घडलेल्या आहेत. पार्श्वभूमी एका दुर्गम अशा सैबेरियन खेडेगावातील. कथानायिका 'मरीया' - चार मुलांची आई आहे. अतिशय दयाळू अन् नेहमी सचोटीनं वागणारी. पण अडाणी. घराबाहेरचं जग फारसं न पाहिलेली. नोकरी-व्यवसायाचा अनुभव तर फारच दूर. परिस्थितीविवश होऊन तिला एका दुकानात विक्रेतीचं काम करावं लागतं. एक दिवस त्या दुकानात तालुक्याच्या गावाहून हिशेब तपासणीसाठी एक मुनीमजी येतो. 'मरीया'चा नवरा-कुझमा हा पेशानं ड्रायव्हर आहे. ज्या वेळेस तो कामावरून घरी परत येतो त्या वेळेस तपासणीचं काम जवळजवळ पूर्ण होत आलेलं आहे.)

कुझमा घरात शिरला तेव्हा प्रथम त्याचं लक्ष समोर बसलेल्या मुनीमजीकडे गेलं. मुनीमजीनं गोंधळलेल्या अवस्थेत, पडेल चेहऱ्यानं कुझमाला अभिवादन केलं. चारही मुलं कोपऱ्यात अंगाचं मुटकुळं करून बसली होती. 'मरीया' मात्र समोर दिसत नव्हती. क्षणार्धात कुझमाच्या डोक्यात प्रकाश पडला. कोणाला काहीही न विचारता तो थेट माजघरात शिरला. 'मरीया' दोन्ही हातांनी चेहरा झाकून बिछान्यावर पडल्या पडल्या हुंदके देत होती. त्यानं जवळ जाऊन तिला विचारलं.

"किती कमी पडताहेत?"

"एक ह... जा... र.... "

"किती? हजार?"

'मरीया'नं पुन्हा काहीच उत्तर दिलं नाही. भिंतीकडे तोंड फिरवून ती पुन्हा मुसमुसू लागली. कुझमाचा विश्वास बसेना. हे सारं इतकं अनपेक्षित होतं की तो क्षणभर घाबरलाही. एक हजार रुबल्स? कुठून आणायचे एवढे पैसे? पण प्रसंगाचं गांभीर्य ओळखून तो लगेच बाहेर आला आणि मुनीमजीला मेजापाशी येऊन बसण्याची खूण केली. तो समोर येऊन बसताच कुझमानं खिशातील सिगारेट बाहेर काढली व ती पेटवून त्यानं पहिला झुरका घेतला. नंतर मुनीमजीकडे पाहून त्यानं बोलण्यास सुरुवात केली.

"हे पहा, मला तुमच्यापासून काहीही लपवायचं नाही. मी मुद्दाम मुलांदेखत तुमच्याशी बोलतो; आहे कारण त्यांच्यासमोर मी कधीच उडवाउडवीची उत्तरं देणार

कठीण समय येता...

वेलेंतिन रसपुतिन

नाही. आम्ही कोणाचा एक तुकडाही उचललेला नाही. आम्ही कसे राहत आहोत, ते तुम्ही पाहताच आहात. एक वेळ आम्ही स्वतःचं मन मारून नेऊ; पण आम्हाला दुसऱ्याचा सुतळीचा तोडादेखील नको.''

मुनीमजी गप्पच होता. पुन्हा कुझमाच बोलू लागला.

''पण तुम्ही सांगा, एवढे पैसे कमी कसे पडताहेत? किती म्हणालात? हजार?''

''हो, हजारच -'' मुनीमजी शांतपणानं उत्तरला.

''पण ही रक्कम तर फारच मोठी आहे. मी कधी हयातीत एवढे पैसे पाहिलेही नाहीत आणि मोजलेही नाहीत. घरासाठी आम्ही सामुदायिक शेती संस्थेकडे कर्ज काढलं होतं. सातशे रुबल्स, त्याचंच केवढं ओझं आहे डोक्यावर. आजतागायत फेडू नाही शकलो. इथं तर हजाराचा प्रश्न आहे. मला समजू शकतं, होते माणसाच्या हातून चूक; पण एकदम हजार रुबल्सची तफावत असावी? तुम्हाला या पेशाची चांगलीच माहिती असेल. हे कसं होऊ शकतं, सांगू शकाल?''

''ते काही मला ठाऊक नाही. जे घडायचं, ते कसंही घडू शकतं. शिवाय, 'मरीया' फारशी शिकलेली नाही दिसत.''- मुनीमजी

''शिक्षण कसलं आलंय हो! मी तिला कित्येकदा बजावून सांगितलं, जमत नसेल तर करू नकोस म्हणून. पण त्या वेळेस हे काम करायला दुसरं कोणी तयार होत नव्हतं म्हणून आजूबाजूच्या लोकांनी तिला भरीला पाडलं. नंतर बरेच दिवस सारं काही सुरळीत चाललं होतं.''

''बरं. खरेदीसाठी ती जायची, की...?'' मुनीमजी.

''नाही. जो कोणी शहरगावी जायचा त्याच्याकडून 'मरीया' मागवून घ्यायची,'' कुझमा.

''हे तर अगदी चूक आहे. असं कशाला करावं?'' मुनीमजी.

''ते मलाही पटतं. पण आता हे सगळं निस्तरायचं कसं?'' कुझमा कातावून बोलला.

''मी उद्या चाललो. आणखी दोन-तीन दुकानांत तपासणीसाठी मला जावं लागेल. पाच-सहा दिवस लागतील. एवढ्या अवधीत जर पैशाची सोय नाही होऊ शकली, तर? तुमच्या आलं ना लक्षात, मला काय म्हणायचंय ते?'' मुनीमजीनं इशारा दिला.

''लक्षात न यायला काय झालं? सारं सूर्यप्रकाशाइतकं लख्ख आहे''- कुझमा.

''तर मी निघतो. तुम्ही पैसे गोळा करायच्या तयारीस लागा, म्हणजे हे प्रकरण आपण इथंच मिटवून टाकू, कोर्टकचेरीत न जाता,-'' मुनीमजी.

''ठीक आहे. पैसे गोळा करायला हवेतच. पण तिच्यावर कोर्टकचेरीत जायची

पाळी येऊन चालणार नाही. ती किती प्रामाणिक आहे हे मला माहीत आहे. तिच्याबरोबर मी उभा जन्म काढला. शिवाय आमची चार मुलंही आहेत. त्यांचाही विचार करायलाच हवा.'' कुझमा उसनं अवसान आणून बोलला आणि त्यानं मुनीमजीला निरोप दिला. दुसऱ्या दिवशी सकाळी 'मरीया' उठली नाही. छताकडे नजर लावून तशीच पडून राहिली. काल तिनं घातलेला झगाही बदललेला नव्हता. घरातून बाहेर निघण्यापूर्वी कुझमा तिच्या बिछान्याजवळ जाऊन म्हणाला,

''तू काही एवढं मनाला लावून घेऊ नकोस. निघेल मार्ग काहीतरी. आपलीच माणसं आहेत. नक्की मदत करतील.''

नंतर तो तिच्या दुकानात गेला आणि ती आज कामावर येऊ शकणार नसल्याचं खुणेनंच सांगितलं. चेअरमन आपल्या खोलीत बसला होता. कुझमाला पाहताच उठून उभा राहिला आणि कुझमाकडे रोखून बघत एक मोठा उसासा टाकीत म्हणाला,

'''मरीया'विषयी कानावर आलं आणि आता तर ही गोष्ट आपल्या गावात षट्कर्णी झाली आहे.''

''होऊ दे. काय करायचं? आणि अशा बातम्या लपवून लपतात थोड्याच?'' कुझमा उद्वेगानं बोलला.

''काय करायचं ठरवलं आहेस?'' चेअरमननं विचारलं.

''अजून काहीच ठरवलं नाही. काहीच सुचत नाही,'' - कुझमा.

''तुला नुकतंच घरासाठी कर्ज दिलंय. त्यामुळे माझेही हात बांधलेले आहेत. हे काम संपलं की पाहू, करू उभे पैसे. पण आता कसेतरी उसने गोळा कर''- चेअरमन म्हणाले.

''आभारी होईन मी तुमचा. असं झालं तर बरंच होईल,'' कुझमा उत्तरला.

''अरे, आभार कसले मानतोस? 'मरीया' कशी आहे?'' चेअरमननं पुसलं.

''काही ठीक नाही,'' असं बोलून कुझमा उठला. तिथून तो थेट घरी आला आणि 'मरीया'कडे गेला. तिला उठवण्याचा प्रयत्न करीत तो बोलू लागला.

''ऐकलंस? मी चेअरमनकडे गेलो होतो. वार्षिक जमाखर्चाचे हिशेब संपले की पैशाची मदत करू म्हणाला. ऐकतेस ना?'' हे ऐकताच 'मरीया'च्या अंगात कुठून बळ संचारलं, कोणास माहीत! ती बिछान्यात उठून बसली आणि कुझमाच्या मानेला दोन्ही हातांनी विळखा घालून पुन्हा मुसमुसू लागली.

''कुझमा, मला वाचव यातून. काहीतरी कर. आपली मुलं आहेत. मला लोकांच्या ताब्यात देऊ नकोस. मला नाही तुरुंगात जायचं''- हे ऐकताच कुझमानं तिच्या हातांची पकड सोडवीत म्हटलं,

''उगीच काहीतरी बडबडू नकोस. उसने पैसे मिळतील. फेडून टाकू. तुरुंगाच्या गोष्टी करायला काही डोकं फिरलं नाही ना?''

पण कुझमा स्वतःच चक्रावला होता. त्याला हजाराचा अंदाज काही केल्या येत नव्हता. त्यानं आजवर खूप मोठमोठ्या रकमांविषयी ऐकलं होतं; पण एवढ्या मोठ्या रकमेचा संबंध एका माणसाशी असू शकतो आणि तोही आपल्याशी, हे मानायला त्याचं मन तयार नव्हतं. त्याला राहून राहून वाटत होतं की इथं नक्की काहीतरी गफलत झालेली आहे.

पैसे मागायला सुरुवात करताना कुझमानं सर्वांत अगोदर येवगेनीचं दार ठोठावलं. येवगेनी पैसेवाली असामी होती. नवरा-बायको दोघंच राहायचे. दोघंही कमवायचे, पण खर्चाला वाटा नव्हत्या. घरचं सर्व काही मुबलक होतं. कुझमाला दारात उभा पाहताच येवगेनीनं त्याचं तोंड भरून स्वागत केलं. त्याला बसायला खुर्ची देऊ केली; पण कुझमाकडं वेळ कमी होता. तो म्हणाला,

''मी तुमच्याकडे काही कामानिमित्त आलोय. फार अडचणीत आहे.''

''अस्सं? अडचणीत आहेस? सांग तर मग,'' येवगेनीनं विचारलं.

''कसं सांगावं, काही समजत नाही,'' कुझमा पुटपुटला.

''बोल, बाल, लवकर बोल. तू सांगितल्याशिवाय कसं समजणार?'' येवगेनी जरासा बुचकळ्यात पडला.

''त्याचं असं आहे की, मला काही पैसे हवे होते. तुमच्या कानावर आलंच असेल. 'मरीया'कडून हिशेबात मोठी चूक झाली. हजार कमी पडत आहेत.'' कुझमानं सगळं सांगून टाकलं.

''नाही बुवा. मला कोण सांगणार? केवढं संकट हे? गुन्हा आला म्हणजे कोर्टकचेरी आली आणि तो सिद्ध झाला म्हणजे हातकड्याही आल्या,'' येवगेनीनं अकलेचे तारे तोडले.

''नाही, नाही. तिनं काही अफरातफर केली नाही आणि कोर्टकचेरी टाळावी म्हणून तर पैसे उभे करायचे आहेत. 'मरीया' अडाणी आहे. चुकेल; पण चोरी नाही करायची. मी तिच्याबरोबर जन्म घालवला आहे, माझी 'मरीया' चोरी नाही करणार, कधीच नाही.''

''हे तू मला कशाला सांगत बसला आहेस? मला कोण न्यायाधीश समजलास की काय? जे काही सांगायचं असेल, ते कोर्टापुढं सांग,'' येवगेनी गुरगुरत बोलला. कुझमाला हे पैसे मागणं व हात पसरणं सुरुवातीला नकोनकोसं वाटू लागलं होतं. त्यातून पुन्हा लोकांची उणीदुणी बोलणी ऐकून घ्यायची. तरीही काकुळतीला येऊन तो म्हणाला,

''समजून घ्या माझी अडचण. मी काही तुमचे पैसे फार दिवस ठेवून घेणार नाही. दोन महिनेच. फार तर फार तीन. हिशेबाचे व्यवहार संपले की चेअरमन मदत करतो म्हणाले.''

“नंतर देतो म्हणाले? मग आताच का नाही देत?” येवगेनी.

“आता कसे देतील? अजून आमचं पहिलंच घरासाठी काढलेलं कर्ज फिटायचं आहे,” - कुझमा उदासला.

“तू आणखी कोणाकडे मागितलेस?” येवगेनीच्या हातून सहजासहजी पैसे सुटणं शक्य नव्हतं.

“नाही, तुमच्यापासूनच सुरुवात करावी म्हटलं-” कुझमाची आशा आता मावळत चालली.

“आता दारात येऊन उभा राहिला आहेस तर द्यायलाच पाहिजेत. जर दिले नाहीत तर उद्या गावभर माझ्या नावाचा बोभाटा करशील, येवगेनी कद्रू आहे म्हणून!” - येवगेनी अजूनही पैसे द्यायला तयार होत नव्हता.

“मी कशाला तुमच्या नावाचा बोभाटा करू? तुम्हाला शक्य असेल तरच द्या. माझी सक्ती नाही.” कुझमा परत जाण्याची तयारी करू लागला.

“मी तुझ्याविषयी नाही रे म्हटलं. पण माणसं दहा तोंडांनी बोलतात. बरं. ते जाऊ दे. पण पैसे माझ्याकडे घरात नाहीत. उगीच खर्च होऊ नयेत म्हणून मी तालुक्याच्या गावी बँकेत ठेवतो. आता मला अजिबात वेळ नाही पण तुला निकड आहे म्हणतोस, तर काय करायचं; जावंच लागेल. असतील तिथं शंभर एक, पण आपण एकमेकांना अडचणीत मदत केलीच पाहिजे नाही का? येवगेनीनं अशी आशा दाखवल्यावर कुझमानं मान डोलावली.

“माझ्याविषयी गावात लोक काहीबाही बोलतात; पण आजवर मी कधी कुणाला ‘नाही’ म्हटलं नाही. हां ! एक मात्र आहे. एकदा विश्वासानं मी पैसे दिले की ते मला परत मिळाले पाहिजेत. माझी कमाई काही फारशी नाही...”

“देतो मी तुमचे पैसे परत. अगदी नक्की देतो.” येवगेनीचं प्रास्ताविक ऐकून एव्हाना कुझमा अगदी कंटाळला होता....

घरी ‘मरीया’ला वाटलं, तिनंही स्वतः पैसे गोळा करण्यासाठी काही धडपड केली पाहिजे. एक दिवस दुपारी ती क्लावाकडे गेली. त्या दोघींची शाळेत असल्यापासून मैत्री होती. ‘मरीया’ आलेली पाहताच क्लावा सामोरी आली व तिला आत घेऊन गेली. तिनं मारियाला आपल्या शेजारी बसवून घेतलं. एक प्रदीर्घ श्वास घेतला आणि ‘मरीया’चे हात अगदी घट्ट पकडून तिनं मोठ्या सुरात गळा काढला व रडू लागली. ‘मरीया’ला ते ऐकवेना. इथे काही पैसे मिळण्याची आशा नाही अशी तिची खात्री पटली व तत्क्षणी ती तिथून बाहेर पडली.

घरी परतत असताना तिला नादिया भेटली. तिची आणखी एक जिवाभावाची मैत्रीण. तिनं ‘मरीया’ला पाहताच तार स्वरात उपदेश देण्यास सुरुवात केली. “आपल्याला माहीत नाही. जमत नाही, तर कशाला करावी नोकरी? शिवाय पैशाचे

व्यवहार. आता उद्या तुरुंगात जायची वेळ आली व मुलं उघड्यावर पडली म्हणजे?...'' नादियानं काही आशा दाखवण्यापूर्वीच पदरी निराशा टाकली होती.

त्या रात्री कुझमाला स्वप्न पडलं, कुझमा आणि 'मरीया'च्या हितचिंतकांनी सभा बोलावली होती. प्रत्येकाकडून थोडे थोडे पैसे गोळा करायचं ठरलं होतं. माणसांनी एकच गर्दी केली होती. अध्यक्षांनी सभेला सुरुवात करताच टाळ्यांचा कडकडाट झाला. एकूण दोनशे पंचवीस लोक जमले होते. प्रत्येकाने चार रुबल्स आणि चाळीस कोपेक्स द्यावेत, असे ठरले. बघता बघता ज्या मेजाजवळ ते बसले होते, त्याचा मोठा हंडा तयार झाला आणि चोहो बाजूंनी पैशाचा पाऊस पडू लागला. 'घेता किती घेशील दो करांनी?' अशी त्यांची अवस्था झाली. 'मरीया'च्या डोळ्यांतून आनंदाचा पूर वाहू लागला. जमलेल्या पैशांच्या रकमेचा आकडा ऐकून कुझमानं आ ऽ वासला. त्याला वाटलं सर्वांना मोठ्यानं ओरडून रकमेचा आकडा सांगावा.

संध्याकाळीच येवगेनीचा निरोप घेऊन एक शाळकरी मुलगा धावत धावत आला. 'आज त्यांना तालुक्याच्या गावी जाणं शक्य नाही. परवा जातील आणि तुमचं काम करतील.'

त्याच वेळेस कुझमाकडे एक म्हातारेबुवा सांत्वनासाठी येऊन बसले होते. येवगेनीचं नाव ऐकताच त्यांनी कान टवकारले.

''किती देतो म्हणाला?''

''देईल शंभर एक'' कुझमा उत्तरला.

''मुलखाचा कंजूष आहे. जरा जास्त दिले असते तर झिजला असता का?'' म्हातारबुवांनी आपलं मत मांडलं.

''असं नाही, जास्त नाहीत त्याच्याजवळ,'' कुझमाला विषय बदलायचा होता.

''तो सांगणार आणि तू ऐकणार. नंबर एकचा कद्रू आहे, मी सांगतो,'' यावर कुझमानं काहीच उत्तर दिलं नाही.

म्हातारबुवांनी वयाची सत्तरी ओलांडली होती. रात्री राखणदाराचं काम करायचे आणि दिवसा या घरातून त्या घरात थोडी विचारपूस करीत, थोड्या बातम्या काढीत हिंडायचे. एका जागी ठिय्या मारून बसले की उठायची घाई त्यांना कधीच नसायची. कुझमाचा जरा कल पाहून आजोबा ऐसपैस बसले.

''माझ्याकडे तर विष खायलाही पैसे नाहीत. नाहीतर तुला मी कधीच नाही म्हटलं नसतं.'' - म्हातारबुवा.

''राहू दे, आजोबा. मी मागितले का तुमच्याकडे? आणि तुमच्याकडे पैसे कुठून असणार?'' कुझमाला आता अशा संवादांचा उबग येऊ लागला होता.

पण म्हातारबुवांना इतक्यात हा विषय संपवायचा नव्हता. ''नाही रे. मला काय म्हणायचंय की माझ्याकडे पैसे असते तर तुला दुसरीकडे मागावे नसते लागले; पण

येवगेनी मात्र पक्का लुच्चा आहे. पैसे नाहीत असं तो कसं म्हणू शकतो? तुला सांगू, मीच जातो त्याच्याकडे आणि मलाच हवेत पैसे म्हणून सांगतो. जाऊ? तू सांगत असशील तर आत्ता निघतो.''

''नको आजोबा, तुम्ही कशाला चिंता करता? अडचण माझी आहे, तुमची नाही. तुम्ही घरी जाऊन विश्रांती घ्यावी हे बरं,'' - कुझमानं आजोबांना गप्प करण्यासाठी म्हटलं.

''मी काय स्वतःसाठी म्हणतो होय? मला काय गरज पैशांची? तुझ्यासाठी काळीज तुटतं म्हणून बोलतो. माझी आजवरची हयात पैशांविना गेली, तशीच इथून पुढचीही जाईल. काही बिघडलं माझं? अजिबात नाही. घरचा गहू आहे, तंबाखूही आहे, आणखी काय हवं? अरे, माझ्या लहानपणी माणूस माणसाच्या मदतीला धावून जायचा. माणसं कशी गुण्यागोविंदानं राहायची आणि आता? आधी दाम मोजा, तेव्हा काम होईल.''

आता मात्र म्हातारबुवांच्या बडबडीला कुझमा कंटाळला.

''आता हा विषय इथंच संपवू या. होईल काहीतरी पैशांची सोय. कोणी ना कोणी, आपला वा परका, कोणीतरी मदत नक्की करील,'' कुझमा अजूनही आशावादी होता.

आजवर कुझमाचं पैशांविना कोणतंही काम अडून राहिलं नव्हतं. आहेत, ठीक आहे, नाहीत - काही हरकत नाही. घरामध्ये अन्नाची ददात नव्हती. सर्व काही घरचंच होतं; पण त्याच्याकडे हाताची पाच बोटं उभी करून मोजण्याइतकेही पैसे कधी नसायचे. जसं घरासाठी कर्ज काढलं तसे कर्जाचे हप्ते पगारातून कापले जाऊ लागले. जे काही 'मरीया' कमवायची ते तर कापरासारखं बघता बघता अदृश्य व्हायचं आणि आता तर हे अस्मानी संकट पुढ्यात येऊन ठाकलं होतं.

दुसऱ्या दिवशी सकाळी कुझमा उठला आणि आपल्या एका मित्राकडे वास्याकडे गेला. आज त्याला 'हो'कारानं सुरुवात करायची होती. घरातून बाहेर पडताना आठवणीनं त्यानं आधी उजवं पाऊल उचललं. पण काम झालं नाही ते नाहीच. कुझमा तिरीमिरीनं घरी परतला आणि खिडकीपाशी बसून बाहेर पाहू लागला. त्याला वाटलं, असं का व्हावं ? फार नसतील, पण थोडेफार पैसे गावात नक्कीच आहेत. त्यातून माणसं काटकसरी. टुकीनं राहणारी. एखाद्याला मोटरसायकल घ्यायची असली तर बापडा दोन वर्षं नवीन कपडे नाही घ्यायचा, पण पै-पै साठवून बाजूला टाकीत राहील. कुझमा तर एरवी नेहमीच इतरांच्या उपयोगी पडायचा. त्याला कोण नाही म्हणेल? ते शक्य नाही. गावकरी नक्कीच त्याच्या पाठीशी उभे राहातील. एवढ्यात दारावर टकटक झाली.

''कोण आहे?''

"कुझमा, जरा बाहेर ये." कोणी रस्त्यावरून हाक मारीत होतं.

कुझमानं खिडकीतून डोकावून पाहिलं. फाटकापाशी वास्या उभा होता. दोघं घरात आले.

"तू आलास आणि आपल्याला काहीच बोलता नाही आलं. मनाला टोचणी लागली म्हणून लगबगीनं आलो. कशासाठी आला होतास?" - वास्या.

"तूच सांग, कशासाठी आलो असेन?"

"आलं लक्षात."

"बोलायचं असं काहीच नव्हतं. तुझ्याकडे पैसे नाहीत हे मलाही माहीत होतं..."

दोघं बाकावर बसून राहिले. वास्याच बोलता झाला :

"येवगेनी तुला पैसे देणार आहे, माझ्या कानावर आलं. आणखी कोणी?"

"अजून कोणीच नाही. उद्या स्तिपानीदाकडं जावं म्हणतोय," कुझमा.

"स्तिपानीदाकडं? मग उद्या कशाला? आताच जाऊ, चल. तुला एकट्याला काही ती दाद द्यायची नाही. काही झालं तरी माझ्या हाताखाली काम करते. कदाचित माझ्यासमोर लाजेकाजेस्तव का होईना, देईल चार पैसे."

स्तिपानीदा भल्या मोठ्या घरात राहायची, तिच्याबरोबर तिची भाची गाल्या राहायची. बहीण कधीच वारली होती. एकत्र राहायच्या; पण प्रेम मात्र विळ्याभोपळ्याचं. ते जगजाहीरही होतं.

ही दोघं घरात शिरताच स्तिपानीदानं फार आनंद झाल्याचं दाखवलं. तिची लगबग सुरू झाली. पण चेहऱ्यावरती भीती लपत नव्हती. तेवढ्यात तिची भाची गाल्या बाहेर आली. वास्यानं पुढं होऊन बोलण्यास सुरुवात केली.

"स्तिपा... तुझे या वर्षी कामाचे एकूण दिवस किती झाले?"

"दोनशे पन्नास"

"पण एवढं काम काही तू केलं नाहीस." वास्या.

"मी अशी आजारी. तुम्ही पाहताच मी फक्त दिसायला तगडी दिसते आणि लोकांना वाटतं..."

"स्तिपा राहू दे. आम्ही कशाला आलो असू? काही अंदाज आहे?" वास्या.

"न... नाही, नाही माहीत"- हळूच कुझमाकडं बघत ती बोलली. "अगं, किती ढोंग करशील, मावशे. तुला जणू काही माहीतच नाही..." गाल्यानं मध्येच तोंड खुपसलं.

"तू मध्ये बोलू नकोस पाहू!" वास्यानं दम भरला व पुढं बोलू लागला.

"स्तिपा... हे पाहा, तुझ्या कानावर आलंच असेल. कुझमावर कुऱ्हाड कोसळलीय. त्याला तात्पुरत्या काही पैशांची गरज आहे. माझी इच्छा आहे तू थोडा हातभार लावावास. मला वाटतं, थोडीफार माया तू जमवली आहेसच..."

"पैसे? आणि माझ्याकडे? भलतंच? दातावर मारायला चार नाणीही नसतील माझ्याकडं," स्तिपा.

"स्तिपा, ऐक माझं. मी सगळ्या गावकऱ्यांच्या वतीनं तुझ्यापुढे हात पसरतो. दे पैसे त्याला. दोन दिवसांत जर त्याला पैसे गोळा करता नाही आले तर 'मरीया'ला घेऊन जातील. तूही स्त्री आहेस. आज नाही म्हणू नकोस आणि थोड्याच तर दिवसांचा प्रश्न आहे. कुझमाला कर्ज मिळायचंय. तो तुझे पैसे परत देईल. मी शब्द देतो."- वास्या.

"नाहीत हो पैसे माझ्याकडे. अडचणीत असलेल्याला मदत करून मला पुण्य जोडायचंच आहे; पण पैसे माझ्याकडे...." स्तिपा.

"मावशे! किती लबाड आहेस. अगं, कुठं जाशील एवढे सगळे पैसे घेऊन?" गाल्या पुन्हा बोलली.

आता स्तिपानीदाला चेव आला. ती गाल्याच्या अंगावर धावून गेली.

"...तू कधी पाहिलेस माझे पैसे? कधी मोजलेस?"

"मोजायला तू कधी दिलेच नाहीस. पण मी पाहिलेत. अगं, पैसे नसते तर तू कधीच आटोपली असतीस-" गालिया.

"तू थांब जरा... ही माणसं जाऊ देत. मग आपण बोलू या-" स्तिपा.

"राहू दे, स्तिपा. मला भांडणतंट्यानं नको आहेत. गोडीनं देत असलीस तर दे. कमीत कमी त्या चार मुलांकडं पाहून..."

"राहू दे वास्या. चल निघू या," वास्याचं बोलणं मध्येच तोडीत कुझमा म्हणाला आणि ती दोघं निघाली.

तेवढ्यात स्तिपानिदाच्या घरातून मोठमोठ्यानं रडल्याचा आणि भांडणाचा आवाज येऊ लागला. त्या आवाजात गावातील कुत्र्यांनी आपला आवाज मिसळला.

"मी उद्या पुन्हा येतो," असं म्हणून वास्यानं निरोप घेतला. अशा रीतीनं पहिला दिवस संपला.

कुझमा घरी आला आणि तत्क्षणी डोक्यावर गच्च पांघरूण ओढून बिछान्यात पडून राहिला. त्याला गाढ झोप लागली.

दुसऱ्या दिवशी भल्या सकाळी पुन्हा म्हातारबुवा येऊन हजर झाले.

"काय आजोबा, आज इतक्या लवकर?"

"मी थोडे पैसे आणलेत. मुलाकडून..."

"मला तुमचे पैसे नकोत, आजोबा. सांगितलं ना!"

"अरे, मला तुझी तगमग पाहवत नाही. घे, नाही म्हणू नकोस." असं म्हणून म्हातारबुवांनी पाचच्या तीन नोटांची सुरळी बाहेर काढली. कुझमाला म्हातारबुवांचे पैसे नको होते. कारण त्यांची कमाईही फारशी नव्हती. पण त्यांना दुखवण्याचंही जिवावर आलं होतं. तेवढ्यात वास्या हजर झाला.

"कुझमा आवर लवकर. जायचंय."

"कुणीकडे?"

"माझ्या आईकडे, चल लवकर."

कुझमा वास्याच्या आईला चांगलाच ओळखत होता. एके काळी तिचा आणि तिच्या कामाचा अवघ्या पंचक्रोशीत दरारा होता. पण आता बिचारी काही आजारानं बिछान्याला खिळली होती. पण एकटीच राहायची. तिला मुलाचेही उपकार नको होते. दुपारी इकडच्या तिकडच्या गप्पा मारण्यासाठी तिच्याच वयाच्या बायका सोबतीला येऊन बसायच्या.

घरात शिरताच वास्यानं हाक मारली.

"आई."

तिला झोप लागली होती. हाकेसरशी तिनं लगेच डोळे उघडले.

"वास्या, तू? आणि कुझमा? तूही? मला म्हातारीला भेटायला आलास होय?"

"कशा आहात?" कुझमानं विचारलं.

"कशी दिसते? अगदी ठणठणीत आहे. अजून काही फार वय नाही झालं. आता कुठं सत्तरीला पोचतेय."

"आई, तुझ्याकडं थोडे पैसे आहेत?" वास्यानं लगेच मूळ मुद्द्याला हात घातला.

"आहेत थोडेसे, पण तुला काही मी देणार नाही. राहू देत माझ्याकडे."

"मला नकोत, आई, मी कुझमासाठी मागतोय. त्याची फार मोठी अडचण आहे."

"हे पैसे माझ्या अंत्यविधीसाठी राखून ठेवलेत. मला पुरण्यासाठी माझ्या मुलांवर भार नको म्हणून आणि तेरावंही माझ्याच पैशांनी होणार."

"आई, असं काय बोलतेस? मी तुझं सगळं व्यवस्थित करीन. आज मात्र नाही म्हणू नकोस," वास्या अजिजीनं बोलला. यावर ती तशीच निपचित पडून राहिली. कुझमाला वाटलं, आता निघायला हवं. तेवढ्यात तिनं विचारलं,

"का रे? 'मरीया' फार रडते आहे?"

"हो, फारच!"

"पैसे मी तुला देईन रे. पण तू ते परत करण्यापूर्वीच मी आटोपले तर...? तर...?"

"आई, तू पुनः पुन्हा तेच तेच..."

"माझ्या खाटेखालची बॅग जरा ओढ, वास्या."

वास्यानं बॅगेतून एका कापडात गुंडाळलेली पुरचुंडी बाहेर काढली. पुरचुंडी कुझमाच्या हातात देत ती म्हणाली.

"बघ हो कुझमा. तुझी गरज भागताच परत कर, हां. नाहीतर घालशील टोपी म्हातारीला."

"आई, मी तुमचे पैसे करतो परत. तुमच्या हयातीतच, तुम्ही मरणाच्या गोष्टी मात्र करू नका." कुझमा बोलला.

"हे बघ, माझं काही बरंवाईट झालं तर वास्याकडं दे. त्याच अटीवर देतेय. मला मरतानाही मुलाचे उपकार नकोत... का रे, कुझमा? माझ्या तेराव्याला नक्की येशील ना? नक्की ये. खूप माणसं येतील, तूही ये," कुझमानं ते पैसे घेतले आणि ती दोघं निघाली. घरी परतताना कुझमा 'मरीया'च्या ऑफिसमध्ये डोकावला. चेअरमननं विचारलं.

"काय रे, किती जमले?"

"आज संध्याकाळी येवगेनी देईल. ते मिळून अडीचशे होतील."

"बस्स, एवढेच?"

"हूं!"

चेअरमननं पलिनाला हाक मारली. ती संस्थेचे हिशेब पाहायची.

"पलिना, आमच्या ऑफिसमध्ये सगळ्यांचा पगार मिळून किती रक्कम होते? माझीही मिळव त्यात."

"सहाशे चाळीस रुबल्स."

"हे बघ, गावात नोटीस फिरव, आपल्या सगळ्या सहकाऱ्यांना तातडीनं बोलावलंय म्हणून सांग."

त्यानं कुझमाला बसायला सांगितलं.

हळूहळू माणसं जमू लागली.

आधी आला एक शेतकी पदवीधर. मग जनावरांचा डॉक्टर. त्यानंतर इलेक्ट्रिशिअन आणि इतर कामगार. चेअरमनला वाटलं, लोकांना प्रसंगाचं गांभीर्य पटवून देऊन त्यांच्याकडून पैसे 'मिळवणं', हे वाटतं तितकं सोपं नाही. त्यानं बोलण्यास सुरुवात केली.

"हे पहा, मंडळी, उद्या आपला पगाराचा दिवस. यापूर्वी काही अडचणीमुळे मी तुम्हा सर्वांचा पगार एक महिन्यापुरता रोखून धरला होता. पण तुम्ही सर्वांनी मला साथ दिली. प्रत्येकानं अडचणीसाठी गाठीला बांधलेली थोडीफार पुंजी असतेच. आज पुन्हा एकवार मी तुम्हाला असंच सहकार्य करण्याची विनंती करणार आहे. आपला कुझमा आणि 'मरीया' अडचणीत आहेत. आपण मदत करायला हवी. माझी सक्ती नाही, ज्यानं त्यानं स्वेच्छेनं पुढं यावं."

यानंतर काही क्षण शांतता पसरली. कुझमाला वाटलं, आता या क्षणी आपल्याला जमिनीत गडप होता आलं तर ? दुसऱ्याच क्षणी त्याला वाटलं, आता

उठून घरी धावत जावं. नको हे लाजिरवाणं जिणं. त्याला वाटलं सगळे आपली थूः, थूः करीत आहेत.

तेवढ्यात कोणीतरी म्हटलं,

"अडचण आहे, म्हटल्यावर द्यायला हवेतच."

"होय मित्रांनो, द्यायला हवेत. आपण वेळ निभावून नेऊ. पण जर दिले नाहीत तर एक पूर्ण कुटुंब आयुष्यातून उठेल. पुन्हा सांगतो, माझी सक्ती नाही पण तुम्ही विचार करा," चेअरमननं पुन्हा सांगितलं.

तेवढ्यात जनावरांचा डॉक्टर उठला.

"पण माझ्या एक नाही लक्षात आलं, सगळा पगार ओवाळून टाकायचा की काय?"

"हे पाहा, तू काहीच देऊ नकोस. हा मामला आपखुषीचा आहे." चेअरमन गुरगुरत बोलला - "तू तुझा पगार घे. आम्ही आमचा पूर्ण पगार देणार आहोत. तू जाऊ शकतोस."

"नाही नाही, माझापण घ्या. घ्या सगळा," डॉक्टर पुटपुटला. "सगळा काही पगार द्यायला लावू नका. सर्वांनाच मुलंबाळं आहेत. मला माझं मन खात राहील," कुझमा बोलत असतानाच चेअरमननं त्याला हटकलं,

"तू आता गप्प बसशील का? तुलाच फक्त मन खाईल आणि आम्हाला नाही? तू हा विचार कर की राहिलेले कसे आणि कुठून जमवायचे? तू फक्त उद्या येऊन आमचे पैसे घेऊन जा."

माणसं उठून जाऊ लागली. तेवढ्यात शेतकी पदवीधर कुझमाजवळ आला आणि चेअरमनला ऐकू जाईल एवढ्या मोठ्या आवाजात बोलला,

"तू काही कष्टी होऊ नकोस. अरे, आम्ही सक्तीनं नाही तर खुषीनं देत आहोत. घे हे पैसे."

अशा रीतीनं दुसराही दिवस संपला.

तिसऱ्या दिवशी, ऑफिसमध्ये पोचण्यापूर्वीच एका इंजिनिअरनं त्याला थांबवलं.

"कुझमा, माफ कर. रागावू नकोस. पण माझ्याकडे पाहुणे यायचेत. मलाही पैशाची नड आहे. माझ्या पैशातले थोडेसे परत करतोस?"

"अरे, तुझेच पैसे. ते मागताना एवढी अजिजी कशाला? देतो मी तुला," कुझमा बोलला.

ती दोघं ऑफिसमध्ये शिरली. त्यांना मुख्य हिशेब कारकून सामोरा आला.

"कुझमा, पैसे न्यायला आलास होय?"

"हो. जर दिलेत तर."

"देऊ ना. पण गफलत झाली बघ."

''का...य?''

''काल मी नव्हतो. मला काय माहीत, तुला सगळा पगार द्यायचा ठरलंय म्हणून? माझा पगार मी कालच उडवला.''

''उडवला? तो... क... सा ?''

''कसा म्हणजे? बाकीचे उडवतात तसाच. बाकीच्यांचे पैसे आहेत पलिनाकडे. तू घेऊ शकतोस.''

पैसे देत असताना पलिनानं हळूच त्याला विचारलं,

''कुझमा, आणखी बरेच राहिलेत?''

''हूं. आता पुन्हा मोठा खड्डा पडला.''

दुसऱ्या खोलीत कुझमा गेला. तिथं सगळेच जमा झाले होते. कुझमानं हळूच जाऊन इंजिनिअरच्या हातात तीस रुबल्स सरकवले. बाहेर पडण्यापूर्वी त्याचं लक्ष डॉक्टरच्या बायकोकडं गेलं. नजर रोखून ती कुझमाकडे पाहत होती. तिची नजर चुकवत चुकवत तो बाहेर पडला. घरी येताच कुझमानं पैसे एका भल्या मोठ्या बरणीत भरून ठेवले आणि ती कपाटावर ठेवली.

तेवढ्यात दाराबाहेर कोणाची तरी पावलं वाजली. डॉक्टरची बायको काही न बोलता थेट घरात शिरली आणि कुझमाच्या पुढ्यात येऊन उभी राहिली.

कुझमा गोंधळला, एकदम निरुत्तर झाला. लगेच उठून त्यानं बरणी काढली. तीत ठेवलेला कागदही काढला. जेवढा डॉक्टरचा पगार त्यानं घेतला होता तो तिला परत केला. ती निघाली.

या वेळेस मात्र कुझमानं बरणी पुढ्यातच ठेवली. न जाणो, आणखी कोणी येईल पैसे मागायला. एक प्रहर उलटला. दुसराही. कुझमा अस्वस्थ झाला. अजून कसं कोणी आलं नाही? तेवढ्यात दारापाशी कोणी तरी पळत आल्याची चाहूल लागली. ती शेतकी पदवीधराची मुलगी होती. कुझमाला वाटलं, यानं पैसे मागायला मुलीला कशाला पाठवलं? चुकून तिनं पैसे गहाळ केले म्हणजे? नंतर दोष कुणाचा? तो बरणी उघडण्यासाठी उठला, तेवढ्यात ती मुलगी धापा टाकत बोलली,

''कुझमा काका, तुम्ही तुमच्या मुलाला ताकीद द्या हं! तो सारखा माझ्या मागे मागे असतो.'' ''का...य?'' कुझमाला हसू आवरेना. त्यानं बरणीत पैसे काढण्यासाठी घातलेला हात बाहेर काढला.

''कुझमा काका, तुम्ही त्याला चांगला दम भरा. तो सारखा मला चिडवतो आणि बाकीची मुलं आम्हाला नवरा-नवरी म्हणून चिडवतात. त्याला सांगा दुसऱ्या कुठल्यातरी मुलीच्या मागे लाग, पण माझ्या नको.''

''अस्सं होय? काय व्द्वाड कार्टं आहे ! तुला त्रास देतो म्हणतेस?'' कुझमा.

“हो. फारच त्रास देतो. पण तुम्ही त्याला सांगाल ना? तुमचं तो ऐकेल. मला दाद नाही देत.”

“सांगतो, सांगतो.”

“मग मी जाऊ?”

“हो. अन्, अगदी निर्धास्त राहा. येऊ देत त्याला घरी. चांगली सणसणीत लाथच घालतो त्याच्या पाठीत.पुन्हा तुझ्या वाटेला जायचा नाही गधडा. जा तू.”

ती सटकली. कुझमा आज फार दिवसांनी मनापासून हसला होता.

तिसरा दिवस असा संपला.

आता मुनीमजी येईपर्यंत फक्त दोनच दिवस उरले. फार फार तर तीन. एवढ्यात कुझमाला आठवण झाली आपल्या भावाची. त्याचा सख्खा भाऊ शहरगावी राहत असे. त्याची परिस्थिती फारच चांगली होती. त्यांची शेवटची भेट सात वर्षांपूर्वी झाली होती. वडील कुझमाच्या घरी वारले तेव्हा. कुझमाला वाटलं, आपल्याला त्याची आठवण सर्वांत आधी का नाही आली?

त्याच्या अंगात बळ आलं. त्याला वाटलं, आपण एकटे नाही. दोघं आहोत. काही झालं तरी माझा सख्खा भाऊ आहे. तो कसा मला नाही म्हणू शकेल?

त्याला आठवलं, तीन वर्षांपूर्वी काही कामासाठी ‘मरीया’ शहरगावी गेली होती. दोन रात्री दिराकडं राहिली. पण परत आल्यावर म्हणाली, “इथून पुढं कानाला खडा. अनोळखी लोक बरे. आपण त्याच्या लेखी आहोत काय आणि नाही काय, सगळं सारखंच.”

पण कुझमानं विचार केला, तिचा तो दीर आहे आणि माझा सख्खा भाऊ. तो मला कसं नाही म्हणेल. स्वयंपाकघरात जाऊन तो ‘मरीया’ला म्हणाला,

“मी जरा शहरात जातो.”

“भावाकडं?”

“हूं. त्याचा पत्ता लिहिलेला कागद कुठं आहे?”

“असेल बाहेरच्या खोलीत. तो काही द्यायचा नाही पैसे.”

आगगाडीनं कुझमा भावाच्या गावी येऊन पोचला. कडाक्याची थंडी, पोत्यातून धान्य खाली ओतावं तसा बर्फ आकाशातून वेगानं पडत होता. कुझमा मंद पावलांनी भावाच्या घराच्या दिशेनं चालू लागला. चालता चालता तो मनाची समजूत घालत होता, आपण कोणा परक्याकडे नाही मदत मागायला चाललो. इतक्या वर्षांनी भेटणार. त्याला किती आनंद होईल आपल्याला पाहून!

त्याला वाटलं, बर्फ पडणं हा फार चांगला शकुन आहे. भावाला भेटून, काम सांगून आपण लगेच निघू. ‘मरीया’ घरी वाट पाहत बसेल. आपण पैसे घेऊन आल्याचं पाहून ती कशी हर्षभरित होईल! त्याला त्या कडक थंडीत डोळ्यांसमोर बर्फाच्या

पटलांत 'मरीया'चा चेहरा दिसू लागला. त्याच्या अंगात थोडी धुगधुगी आली.

त्यांनी खिशातून पत्ता लिहिलेला कागद काढला. तो भावाच्या घराच्या अगदी जवळ येऊन पोचला होता. त्याच्या छातीत धडधड सुरू झाली. त्याला एकदम एकाकी वाटू लागलं. त्याला वाटलं, कशाला आपण थोड्याशा रकमेसाठी एवढ्या लांब शहरात आलो? बाकीचे पैसे आपल्या गावात नसते का मिळाले? नक्कीच मिळाले असते. एवढ्या थंडीतही त्याला दरदरून घाम फुटला. दारापर्यंतची पाच पावलं तो चालला आणि दरवाजासमोर येऊन थांबला. दारावर टकटक केली.

एवढ्यात कोणीतरी येऊन दार उघडलं.

''सर्वांना भेटू. खुशाली विचारू अन् लगेचच निघू. 'मरीया' घरी वाट पाहत असेल...''

■

यूरी याकवलेव (१९२२-१९९६)

सुप्रसिद्ध रशियन कवी, गद्यलेखक, पटकथालेखक. १९६० मध्ये 'अगन्योक' या मासिकात पहिली कथा प्रसिद्ध. 'मुलं' नावाचं स्टेशन'. यानंतरचे दोन लघुकथा संग्रह 'पोस्ट नं. एक' व 'स्टीम इंजिन्सचं संमेलन' याकवलेव यांना जनमानसात मानाचं स्थान मिळवून देऊन गेले. गद्यलेखनात वृत्तपत्रांचं आणि मासिकांचं भरपूर सहकार्य आणि पाठिंबा. 'इझवेस्तिया' वृत्तपत्राच्या पुरवणीत याकवलेव यांच्या जवळजवळ सर्व कथा प्रथमतः प्रसिद्ध.

'पुशिक प्रागला निघाला', 'शहरावर घोडेस्वार', 'व्होल्कानो आणि मी', 'सुंदरी' या सुप्रसिद्ध चित्रपटांच्या पटकथा याकवलेव यांनी लिहिल्या. अत्यंत साधी, सुंदर आणि प्रभावी भाषाशैली. ते लिहितात -

''अशा काही गोष्टी जगात आहेत, की ज्या प्रथमदर्शनी एकाच प्रकारच्या, एकाच रांगेतील वाटतात. निसर्ग, पशू-पक्षी, आयुष्याचा अर्थ सांगणारी पृथ्वी, आप, जल, तेज, वायू यांसारखी पंचतत्त्वे. त्यांच्याविषयीचं आपलं प्रेम आणि युद्ध, शौर्यकर्म आणि मरण यांसारखे विषय एकमेकांपेक्षा किती वेगळे आहेत !

... पण या सर्वांना जोडणारा एक दुवा आहे. प्रेम, चांगुलपणा, दयाशीलता... हे गुण एवढे शक्तिशाली असले पाहिजेत, की ते नेहमी दुष्ट प्रवृत्तींपासून आपलं खात्रीलायक संरक्षण करण्यासाठी सज्ज असायला हवेत.

जेव्हा मी एखाद्या मोठ्या, अथांग पसरलेल्या नदीच्या प्रवाहाकडे पाहू लागतो, तेव्हा मला सर्वप्रथम आठवण होते, ती त्या... त्या छोट्याशा झऱ्याची, जिथून या नदीचा उगम होतो. खूप वेळा, अनेक प्रसंगी खोलवर विचार करून मी अखेर या निष्कर्षापर्यंत येऊन पोहोचलो आहे की, मातृभूमीवर प्रेम करायचं असेल, तर प्रथम आपल्या आईवर प्रेम असायला हवं. माणूस आकाराला येतो, तो आईच्या हातांच्या पुण्याईनं. आणि माणसामध्ये जे जे काही सर्वोत्तम आहे, सर्वोत्कृष्ट आहे, त्याचा उगम केवळ आईच्या प्रेमामध्ये आहे.

एकच चूक

यूरी याकवलेव

ओल्गा पायरीवर बसली होती. हातानं काही तरी शिवणकाम करीत होती. उकाड्याचे दिवस होते. उत्साहानं काही करावं, असं मात्र वाटत नव्हतं आणि काही न करता नुसतं बसून राहावं, तरी कोण कंटाळा यायचा. म्हणूनच ओल्गानं काहीतरी काम हुडकून काढलं होतं. आपल्याच विचारात गढून गेली. शिवणकाम करताना बोटं काम करत राहिली, पण लक्ष कुठं होतं कुणाला ठाऊक! कधी फाटक उघडलं गेलं आणि ते उघडून कुणी आत आलं, हे तिच्या ध्यानातही नाही आलं. डोळे वरती करून पाहते तर काय! तिच्याच गावातील कुणी अधिकारी माणूस आणि बरोबर एक सैनिकी वेषातील अनोळखी व्यक्ती. त्याच्या हातात एक सूटकेस होती आणि दुसऱ्या हातात घडी केलेला कोट.

"नमस्कार....."

"नमस्कार"

म्हणत ओल्गाही पायरीवरून उठून उभी राहिली. सुईत ओवलेला धागा संपत आला होता, त्यामुळं सुईही हातावेगळी करता येत नव्हती. बहुधा पाहुण्यांच्या लक्षात तिची तारांबळ आली असावी, कारण आपलं हसू लपविण्यासाठी त्यांनी दुसरीकडं मान वळवली.

"आई कुठं आहे?" त्या अधिकाऱ्यानं विचारलं. सैनिक अजून गप्पच होता. ओल्गाला वाटलं, मित्राच्या मागं उभा राहून तो आपल्याकडेच पाहत आहे किंवा आपण शिवत असलेल्या फाटक्या कपड्याकडे तरी.

"बाहेर गेलीय" पायाच्या बोटांनी जमीन उकरत ओल्गा उत्तरली.

"गावात सैनिक दाखल झाल्याचं तू ऐकलंच असशील. इथं काम चालू आहे. बाकीच्या सैनिकांची व्यवस्था आम्ही शाळेत केली आहे आणि त्यांच्या कप्तानाची राहण्याची सोय मात्र तुमच्याकडे करावी म्हणतो." हे ऐकून ओल्गानं मान डोलावली.

"तुमची जागा तर खूप मोठी आहे. मला वाटतं, आईची हरकत नसावी... अं?"

"छे! छे! हरकत कशाला असेल?" आईची संमती गृहीत धरून ओल्गानं अगोदरच रुकार भरला.

"तर मग मी ओळख करून देतो. हा कॅप्टन शूरा आणि कॅप्टन, ही ओल्गा."

"छान. आनंद झाला आपल्याशी ओळखीमुळे," असं कॅप्टननं म्हणताच ओल्गा लाजेनं लालेलाल होऊन गेली. अशा प्रसंगी काय म्हणायचं असतं, कुणास ठाऊक!

पाहुण्यांची अवस्थाही मोठी अवघड झाली. कॅप्टननं तिच्या लाजण्याचं नवल वाटून मान फिरवली, तर अधिकारी लगेच विषय बदलत म्हणाले,

"आम्ही आता निघतो, सामान इथंच राहू दे. आई आली की मात्र न विसरता सांग."

सामान एका कोपऱ्यात ठेवून दोघेही पाठमोरे झाले.

अचानक येऊन उभे ठाकलेले पाहुणे जसे निघून गेले, तसा सुटकेचा निःश्वास टाकत ओल्गा खाली पायरीवर उन्हात येऊन बसली. जवळच कॅप्टनचं सामानही ठेवलेलं होतं आणि त्यावरच घडी करून ठेवलेला कोट. कोटाला प्रत्येक खांद्याला दोन-दोन चमकते तारे लावलेले होते. तिरकी मान करून त्या वस्तूंकडे ओल्गा पाहत राहिली.

ओल्गाचं घर होतं दुमजली. हा दुसरा मजलासुद्धा तिच्या वडिलांनीच बांधून घेतला होता. तिथं एक खोली खास पाहुण्यांसाठी बांधलेली होती. आजवर तिथं फक्त वडिलांचे कुणी मित्र येऊन राहून गेले होते. बस्स! तेवढेच. पण खोलीचं नाव मात्र कायम राहून गेलं - पाहुण्यांची खोली. ओल्गानं ठरवलं, या पाहुण्याची रवानगीही तिथंच करावी.

कॅप्टन संध्याकाळी उशिरा घरी परतला. फाटकाचं दार उघडून तो आत शिरताच ओल्गाचं लक्ष तिकडे गेलं. तसा ती पहारा ठेवून होतीच. आईनंही 'पाहुणा येणार' म्हणून थोडीफार तयारी केली होतीच. सुरुवातीला मात्र ही वार्ता समजताच वैतागून बोलून गेली,

"घरामध्ये परकी माणसं राहू लागली तर अगदी नको नको वाटतं." पण नंतर तिनं स्वतःचीच समजूत घातली, असू दे. केवढं तरी मोठं घर आहे. दिवसभर आपण कामावरच असतो. शिवाय, हा माणूस राहणार तात्पुरताच. काही दिवसांचाच तर प्रश्न आहे.

फाटकाचा आवाज ऐकताच ओल्गानं दरवाजाकडं धाव घेतली. कॅप्टन कावराबावरा होऊन जागीच उभा राहिला. नजर मालकीणबाईंना धुंडाळत होती. दिवसभराच्या कामानं गडी पुरता शिणून गेला होता. सकाळच्या उल्हासाचा काहीच मागमूस दिसत नव्हता. ओल्गाला त्याची दया आली. त्वरेनं खोलीबाहेर येत म्हणाली,

"हॅलो!"

कॅप्टनच्या चेहऱ्यावर हसू उमटलं. काढलेली हॅट पुन्हा डोक्यावर चढवत तो म्हणाला,

"हा मी घरी आलो."

"या ना, आत या. आई घरीच आहे."

तिला वाटलं, कॅप्टननं पाहावं, तो घरी येणार म्हणून आपण मुद्दाम नवीन कपडे घातले आहेत. पण त्याचं लक्ष स्वतःच्या धुळीनं माखलेल्या शरीराकडे आणि कपड्यांकडेच होतं.

''अशा अवतारात घरात येणं बरं दिसणार नाही. जरा हात-पाय धुवावे म्हणतो.''

''हो, आलेच.'' असं म्हणून आईच्या हाकेला 'ओ' देत ओल्गा दारामागे पळाली.

कॅप्टन हळूहळू पावलं टाकीत पायऱ्यांच्या कठड्यापर्यंत येऊन पोचला आणि विसाव्यासाठी पायरीवर येऊन बसला.

दुसऱ्या दिवशी सकाळी ओल्गाला नेहमीपेक्षा लवकर जाग आली. तिनं खिडकीच्या बाहेर नजर टाकली. अजून शांतच होतं. इतक्यात माडीवरच्या खोलीत कुणी चालल्याचा आवाज होऊ लागला. पायात फक्त मोजेच असावेत. कुणाची झोपमोड होऊ नये, म्हणून कॅप्टन अगदी हलक्या पायांनी चालत असावा, काही क्षण शांततेत गेले आणि मग... बुटांचा आवाज. आज इतक्या लवकर ? बहुधा कामावर लवकर जायचं असेल.

तिनं डोळे गच्च मिटून घेतले. आईनं पाहिलं तर वाटावं, आपण अजून गाढ झोपेतच आहोत. पण घरात आसपास काय चाललंय, याचा बरोबर अंदाज तिला अंथरुणावर पडल्या पडल्या येत होता.... आता कॅप्टन जिन्यावरून खाली उतरत आहे... आता स्वयंपाकघरात निघाला वाटतं... दार बंद केल्याचा... दूर जाणाऱ्या पावलांचा आवाज आहे हा.

''व्यायाम करता वाटतं?'' हा आईचा आवाज.

''हो. खूप दिवसांपासूनची सवय आहे.''

तो मुद्दाम हळू बोलत असावा. ओल्गाची झोपमोड होऊ नये, म्हणून... पण बुटांच्या आवाजाचं काय?...

आई आग्रह करून नाश्ता करायला लावत असावी.

''लाजू नका. पोटभर खा.''

''पुरे, पुरे मला. आभारी आहे.''... हे कॅप्टनचं उत्तर असावं.

नंतर बुटांचा आवाज खोलीबाहेर गेला. कॅप्टन बाहेर पडला वाटतं. ती हळूच, पावलांचा आवाज न करता खिडकीपाशी गेली व एका बोटाने पडदा दूर करून हळूच बाहेर पाहू लागली. रात्रीचा तो कंटाळून गेलेला... आणि आता नव्या दमानं बाहेर पडलेला कॅप्टन... या जणू दोन वेगवेगळ्या व्यक्ती होत्या. जेव्हा तो नजरेआड झाला, तेव्हा ती पुन्हा अंथरुणावर येऊन बसली. खूप दिवसांनी प्रथमच आज तिनं आपल्या वेण्यांकडं लक्ष दिलं. ती कधी फार मन लावून वेणी घालायची नाही. रिबीनही नाही लावायची... हळूहळू चालत ती पायऱ्यांपर्यंत येऊन पोचली आणि झग्याचा घोळ सावरत खाली बसली. ध्यानीमनी अजूनही 'त्या'चीच छबी रेंगाळत होती. विचारांच्या तंद्रीत उठून ती समोरच्या खोलीत आरशापर्यंत जाऊनही पोचली.

आपलं निरीक्षण करता करता तिनं नकळत सुंदर मुलींच्या जगात पाऊल ठेवलं. तिच्या डोळ्यांसमोर प्रथम आली ती क्लारा. गावातील वाचनालयाची प्रमुख. ती कशी उंच आणि देखणी आहे! केसांच्या बटाही कशा दाट आणि काळ्याभोर आहेत. आरशात पाहता पाहता ती स्वतःच चरफडू लागली... असा काय आपला अपराध झाला, की आपण तिच्यासारखं नसावं? का म्हणून देवानं आपल्याला सुंदर नाही घडवलं? तंद्री लागताच विचार पुन्हा कॅप्टनमागं धावू लागले. आता 'तो' जर समोर उभा असता.... 'त्या'नं जर आपल्याकडं पाहिलं असतं, तर आपण कशा लाजलो असतो? अशा...? की फक्त... की...?

संध्याकाळी कॅप्टनचं घरी परतणं आणि त्यानंतरची त्याची प्रत्येक हालचाल तिला कशी तोंडपाठ होऊन गेली होती. आधी येऊन तो पायरीवर बसणार. मग हळूहळू पाय ताणत आळस झटकणार... नंतर पायातील वहाणा काढणार... आणि मग...

"ओल्गा! कुठं आहेस तू? जरा पाणी दे पाहू पाय धुवायला!" असं म्हणून तिला पाणी घेऊन बोलावणार. अगदी नित्यनेमानं. ती तर ही हाक ऐकण्यासाठी प्राण कानांत आणून उभी असायची. त्वरित 'तयार ठेवलेलं' पाणी घेऊन पुढं होण्यासाठी.

"घाल, आणखी घाल हातांवर पाणी... पाण्यात कसली काटकसर करतेस?" कॅप्टन म्हणायचा.

"अरे! हा तर अगदी आपल्या वडिलांसारखा बोलतो!" त्यांनाही हात-पाय स्वच्छ करण्यासाठी भरपूर पाणी लागायचं. त्या वेळेस आपली आई वडिलांचं कसं ऐकायची, ते आठवून तसाच टॉवेलही पुढं करत राहायची.

स्वच्छ पाण्यानं तरतरी येताच कॅप्टन लगेच जेवणासाठी घरात जायला वळायचा. पण... अजून आईची हाक कुठं आली?.. पुन्हा परत फिरून तो बागेत बाकावर येऊन बसायचा. वाटायचं, आपणही बसावं का जाऊन शेजारी? पण... इतक्यात तोच हाक मारून तिला बोलावून घ्यायचा. गप्पागोष्टींना रंग भरत राहायचा. बोलायचा कॅप्टनच. आपल्या आयुष्याविषयी सांगत राहायचा.

"आणखी एखाद दुसरं वर्ष नोकरी करीन म्हणतो... आणि मग... लग्न करून संसार थाटायचा विचार आहे. हीच योग्य वेळ आहे... खरं की नाही?"

ओल्गा लाजेनं लालीलाल होऊन जायची. आता तिला काय ठाऊक, खरं की नाही ते? पण त्यानं तरी तिच्याशी अशी सल्लामसलत कशाला करायला हवी?....

"पण आतापासूनच याची चिंता कशाला करायची? लग्न काय होईलच. पण तोवर आपण जगलो वाचलो, तरच... नाहीतर आम्हा वैमानिकांच्या आयुष्याचा काय भरवसा? कोणत्याही क्षणी, काहीही होऊ शकतं...."

ओल्गाच्या चेहऱ्यावर प्रश्नचिन्ह उमटलं.

"मला असं म्हणायचंय की, वैमानिकाला आयुष्य गमावण्यासाठी एखादी लहानशी चूकही पुरेशी होते. बऱ्याचदा वरकरणी क्षुल्लक बाब वाटते; पण तीच जिवाचा घात करण्यासाठी कारणीभूत होते. जरा कुठं लक्ष चुकलं, तर आकाशात आपला पत्ता हरवून गेलाच म्हणून समजावं."

आता मात्र ओल्गाला भीती वाटू लागली. का म्हणून कॅप्टन नेहमीच अशा 'एकुलत्या एका' चुकीविषयी थट्टाविनोद करीत असेल? कॅप्टनच्या जिवाचं न जाणो काही बरंवाईट झालं, तर...? ही मुलगी आपल्याविषयी एवढी चिंता करत आहे, या जाणिवेनंच कॅप्टन कोण सुखावून जातो! चेहऱ्यावर मात्र नेहमीचीच बेफिकिरी. ऊं! मरणाला काय घाबरायचं? ते तर पावलोपावली आपली वाटच पाहत असतं.

ओल्गाचा घाबरलेला चेहरा पाहून कॅप्टन समजूत घालत राहायचा. कधी तिच्या केसांची बट मागे सारत, तर कधी तिच्या पाठीवरून हात फिरवीत. एवढ्यानंच स्वर्ग दोन बोटांनी ठेंगणा वाटू लागायचा. कॅप्टन उठून झोपायला निघून गेला, तरी ही मात्र त्याच जागी बसून राहायची. त्याचे शब्द, त्याचा स्पर्श आठवत.

सकाळी जेव्हा तो कामावर निघून जायचा, तेव्हा तर त्याला ठाऊकही नसायचं की, दोन डोळे आपल्या हालचालींवर पहारा देऊन आहेत. आपण उठतो कधी, झोपतो कधी, हेही त्यांना ठाऊक असतं. इतकंच नाही, तर हेच डोळे आपण घराबाहेर पडतो तेव्हा आपल्याला निरोप देतात, परत येतो तेव्हा स्वागतासाठी आतुरलेलेही असतात. पण त्याला बिचाऱ्याला याची काय कल्पना! त्याला तर वाटायचं, ही मुलगी आता गाढ झोपेत असावी, पण तिला झोप ठाऊक होतीच कुठं? तिला फक्त एवढंच माहीत होतं की, कॅप्टन ज्या कामावर जातो ते कधीही जिवावर बेतू शकतं. फाटकाबाहेर पडलेली पावलं... कदाचित पुन्हा कधीही न परतण्यासाठीही असू शकतात.

एक दिवस काय झालं, ओल्गा अशीच खिडकीपाशी उभी होती. एवढ्यात धरणीकंपासारखे हादरे अन् एकामागोमाग एका स्फोटांचे आवाज ऐकू येऊ लागले. तिचं चित्त थाऱ्यावर राहीना! चेहरा वेडावाकडा झाला. खालचा ओठ थरथरू लागला. झग्यात गोळा केलेली फुलं सांडून गेली. क्षण एक-दुसरा गुंगीत गेल्यासारखा वाटला अन् मग मात्र ओल्गा पळत सुटली. वाटले, कदाचित ती 'एकच चूक' तर घडून गेली नसावी? आणि मग? आता कसं करायचं? त्या स्फोटांचे प्रतिध्वनी अजूनही घुमतच होते. धावता धावता अचानक ठेच लागून जीवघेणी कळ आली तशी ती थबकली. पाऊल उचलून पाहते तर काय! टाचेतून रक्ताची धार लागलेली. तेवढ्यात तिला पुन्हा आठवण झाली ती कॅप्टनची. त्याच्या बोलण्याची. ती पुन्हा जीव मुठीत धरून पळत सुटली. अखेर एका जागेवर येऊन थबकली. डोळे उघडून

समोर पाहिलं तर विश्वासच बसेना! काही पावलांच्या अंतरावरच कॅप्टन शांतपणानं सिगारेटचे झुरके मारत पाठमोरा बसला होता. हातात पाण्याचा पेला धरून. काही वेळानं त्यानं मागं वळून पाहताच तिथं ओल्गाला उभी पाहून मात्र दचकलाच.

"तू? तू इथं कशाला आलीस?"

"मी? कुठं काय? काही नाही. असंच. नुसतंच."

ती विस्मयानं पाहत राहिली. म्हणजे? कॅप्टन जिवंत आहे तर! हे सत्य आहे? म्हणजे 'ती चूक' टळून गेली तर! अजून टाचेतील कळ कमी झाली नव्हती. डोळ्यांची होणारी जळजळ अजूनही असह्य होत होती.

"तू एवढी घाबरलेली कशानं दिसतेस? स्फोटानं दचकलीस की काय?"

"मला वाटलं, तुम्ही चुकलात कुठं तरी, तुमच्या हातून ती 'एकच चूक' होऊन गेली."

"वेडी कुठली! असा कसा चुकेन? आणि चुकलो असतो, तर दिसलो असतो का तुला असा समोर?"

आजवर त्यानं कधी लक्ष देऊन या पोरीकडं पाहिलं नव्हतं. आज मात्र भान विसरून पाहत राहिला. एवढ्यात त्याचं लक्ष गेलं. तिच्या पायातून रक्त येत होतं.

"आणि हे तुझ्या पायाला काय झालं?"

"काही नाही. साधी काच गेली असेल."

"दाखव पाहू."

त्यानं तिला हाताला धरून खाली बसवलं आणि रक्तबंबाळ टाच पाहून सहकाऱ्याला त्वरित फर्मान सोडलं.

"जरा पाणी आणि औषधाची पेटी घेऊन ये पाहू!" आणि तिच्या डोळ्यांत पाहत तिला विचारलं, "का म्हणून तू अशी अनवाणी पायानं या खडकाळ भागातून पळत आलीस?"

आता ती काय सांगणार होती? मनात काय आलं, आपण काय पाहिलं आणि कशाला पळत आलो, हे तिला तरी कुठे ठाऊक होतं!

जखमेवर पट्टी बांधायची तयारी झाली.

"असू दे. मी बांधेन ना!"

"बैस मुकाट्यानं एका जागी."

ओल्गा बसून राहिली. संकोचानं, लज्जेनं पुरती अवघडून जाऊन. जखम हळुवारपणानं बांधली जात होती. आराम वाटू लागला. पण त्याहीपेक्षा सुख वाटत होतं, ते कॅप्टनच्या स्पर्शाचं. वाटलं, ही जखम जर झाली नसती तर? तर आपल्या नशिबी हे उपचार आलेच नसते.

घरी जाताना ओल्गा हवेत तरंगतच होती. कारण सारे सैनिक हमरस्त्यानं तर

कॅप्टन आणि ओल्गा जवळच्याच पायवाटेनं. आज ती भारी खुषीत होती. नुसत्या गप्पा आणि गप्पा. मधूनच उसळणारं हसू. सारं कसं मनाजोगतं आणि हवंहवंसं वाटणारं. कॅप्टनचं काम एवढं जोखमीचं, याचंच तिला अप्रूप वाटत होतं. त्याच्या पुरुषीपणाला साजेसं. पुरुष नाहीतरी असाच असायला हवा. रांगडा, खंबीर अन् धीट. आपले वडीलही असेच नव्हते का? एकदम तिला वाटलं, असंच पुढं होऊन आपण त्याचा हात हातात घेतला तर...? तर ? आवडेल का त्याला? पण तेवढं धाडस मात्र नाही झालं.

चालता चालता अचानक सैनिकांनी सूर धरला. कॅप्टनही गाऊ लागला. तिला वाटलं, हे सारे पराक्रम गाजवून परतणारे शूर सैनिक आहेत आणि आपला कॅप्टन हा त्यांचा मुकुटमणी.

या एका घटनेचं निमित्त झालं आणि ओल्गाचं अवघं विश्व कॅप्टनमय होऊन गेलं. शाळेतील सखेसोबती शाळेत जायला, फिरायला, खेळायला बोलावू लागले तरी तिला नकोसं वाटायचं.

''मला वेळ नाही.'' असं सांगून मोकळी व्हायची.

का वेळ नसायचा कुणास ठाऊक! कारण आता सुट्टी सुरू होऊन दोन आठवडे उलटून गेले होते. अभ्यास, वेणीफणी सारं काही विसरून पायरीवर येऊन बसून राहायची. दूर त्या मैदानात काय हालचाली चालल्या आहेत, तिकडं एकटक लक्ष देऊन असायची. आत्ता या क्षणी तो काय करीत असेल, त्याला कुठं ठेच लागत नसेल... कुठं दुखापत तर होऊन गेली नसेल...

...आजकाल तर त्याचं घरी राहणंही वरचेवर कमीत कमी होत गेलं होतं. सकाळी जाताना दिसायचा तोही खिडकीतून. संध्याकाळी असाच धावत पळत यायचा. जेवण झालं की तडक पसार व्हायचा. कुठं जायचं असायचं कुणास ठाऊक! आता या वेळी वैमानिकांना काय काम असतं? आणि अशा वेळी सारा थकवा कुठं जातो, कुणास ठाऊक!

एक दिवस संध्याकाळी तर कामावरून परतला तोच फार घाईत. एरवी ओल्गा त्याच्या बुटांना पॉलिश करायची; पण आज त्याला त्याचंही भान नव्हतं. बूट तसेच दारामागे कोपऱ्यात पडून राहिले. कॅप्टन आल्या पावलीच निघून गेला. ओल्गा कावरीबावरी होऊन इकडं तिकडं येरझाऱ्या घालू लागली. काय करावं काहीच समजेना. अखेर ती कोपऱ्यापाशी गेली. दोन्ही बूट उचलले अन् छातीशी घट्ट कवटाळून धरले, पाण्याची बादली भरून आणली, फडकं घेतलं आणि ते बूट घासूनपुसून स्वच्छ करू लागली. साचलेली माती ओहोळातून वाहून जाऊ लागली. बुटांना तकाकी आली, तशी ओल्गाची कळी पुन्हा खुलली. तिनं ते खाली गवतात ठेवले आणि पॉलिश ब्रश आणण्यासाठी आत निघून गेली. चकाकी आल्यावर बूट

भारीच देखणे वाटू लागले. आता मात्र ओल्गा पुन्हा खट्टू झाली. नुसते बूट लखलखते असून काय करायचे? कौतुक करायला त्यांचा धनी घरात नसावा ना! तिनं बूट बाजूला सरकवले आणि शेजारीच बसकण मांडून बसली. बसली आणि बसून राहिली. अंधार झाला, रात्रीची खोली वाढू लागली. तरीही उठावंसं वाटेना.

कॅप्टन अजूनही घरी परतला नव्हता. तिची झोपही पार उडाली. किती वेळ अशीच तळमळत राहिली. नुसती या कुशीवरून त्या कुशीवर...

कुठं गेला असेल तो या अवेळी? काय करीत असेल? इतर सैनिकांसमवेत तर नसेल! छे! छे! ते तर केव्हाच गाढ झोपी गेले असतील. सकाळी किती लवकर उठायचं असतं त्यांना!... नुसतीच बिछान्यावर पडून राहिली. आता तर झोपही कुठं दूर... दूर निघून गेलेली.

तोच. नक्की तोच आहे.

ती धडपडत उठली आणि कुजबूज ऐकू येत होती त्या दिशेनं कान टवकारून पाहू लागली. चोरपावलांनी पलंगावरून खाली उतरली आणि पाय ओढत ओढत खिडकीच्या दिशेनं जाऊ लागली. श्वास रोखून धरताच तिला वाळूच्या हालचालीवरून जाणवलं की ती व्यक्ती एक नसून दोन होत्या. पुरुषी पावलांना कुण्या नाजूक चालीची साथ होती. ओल्गा फार अस्वस्थ झाली.

पावलांचा आवाज मंदावला तसं बोलणं स्पष्ट ऐकू येऊ लागलं.

"चल, थोडा वेळ तिथं बाकावर बसू." कॅप्टनचा आवाज तिनं ओळखला.

"नको. आधीच किती उशीर झालाय." ती.

"चल ना. 'नाही' म्हणू नकोस"

"तसं बरं नाही दिसत."

"त्याला काय झालं? सगळीकडं निजानीज झाली आहे."

आता मात्र ओल्गाच्या काळजानं ठाव सोडला. ती कोण? कोण असावी? काही क्षणातच तिनं आवाजावरून ओळखलं. ती तीच मुलगी होती. क्लारा. वाचनालयात काम करणारी सुंदर, काळ्याभोर केसांची आणि रेखीव, कमानदार भुवयांची.

खिडकीबाहेर एवढी नीरव शांतता होती की, गवताचं एकेरी पातं डोललं तरी ऐकू यावं. तिला कपड्यांची सळसळ ऐकू येऊ लागली. लाकडाची करकरही. म्हणजेच आता दोघं बाकावर बसले असावेत.

कॅप्टन पायानं वाळूतील गोटे उडवत होता. साथीला क्लाराची काही कुरकुर चालू होतीच.

"पण तुझं तर माझ्यावर प्रेमच कुठं आहे?"

तिनं ओठ चावला. हे असं दुसऱ्याचं बोलणं, तेही एकांतातील, चोरून ऐकावं

म्हणजे फारच घाणेरडी सवय आहे. हो आहे. असेल. नाही कोण म्हणतं? पण हे वागणं योग्य की अयोग्य, हे ठरवायची ही वेळ नव्हती.

आता कॅप्टन काय उत्तर देतो ते पाहू. बहुतेक तो 'नाहीच' म्हणेल. अशा वेळी माणसानं गप्पच राहावं. शहाणी असेल, तर काय समजायचं ते समजेल.

पण त्यानं तर सांगूनही टाकलं.

"आहे तर! आहे माझं प्रेम तुझ्यावर. मला तू फार आवडतेस." ओल्गाच्या छातीत धडधडू लागलं. एवढ्या जोरात की त्या दिवशीच्या त्या भयानक स्फोटांचा दणदणाटही कमीच वाटावा. आता मात्र तिला कापरं भरलं. हाता-पायांना दरदरून घाम फुटला. माघारी फिरली आणि तडक अंथरुणात शिरली. कान गच्च बंद करून घेतले. म्हणजे ती बोलणी, ते आवाज, ती करकर चुकूनही कानावर पडायला नकोत. आता तिला आठवलं, एका आठवड्यापूर्वीच कॅप्टन तिच्याशी बोलताना म्हणाला होता,

"एखाद दुसरं वर्षं काम करीन आणि मग संसार थाटावा म्हणतो...." पण त्यानंतर अजून वर्ष कुठं झालं? त्यानं मग तेव्हा असं का बोलावं?

ओल्गानं इतका वेळ आवरून धरलेलं रडू आता धबधब्याच्या वेगानं कोसळू लागलं. तोंडातून आवाजही फुटत नव्हता. आता तिनं कॅप्टनला निरोप दिला. कायमचाच. तिचं गाव, घर अजून तो सोडून जायचा होता, तरीही त्याच्या स्पर्शाचा, कपड्याचा, पाय धुण्यासाठी दिलेल्या पाण्याचा, इतकंच नव्हे तर त्या लखलखीत करून ठेवलेल्या बुटांचाही निरोप घेतला. सर्वांत अधिक वाईट वाटलं होतं ते स्वतःचं आणि ध्यानी मनी नसताना जे हातचं निसटून गेलं होतं त्याचंही.

वाटलं, आता उठावं आणि त्या तात्पुरत्या भाडेकरूला आणि त्याच्या या मैत्रिणीला हुसकून द्यावं म्हणून. पण तसं काही तिनं केलं नाही.

दुसऱ्या दिवशी सकाळी ती उशिराच उठली. कॅप्टन कामावर निघून गेला होता. आई रात्रपाळीहून अजून परतायची होती. उन्हं खूप चढली होती. ती अंथरुणात उठून बसली. लांबलचक वेण्यांचे शेपटे खांद्यावर रुळू लागले. तिने एक नजर या 'संपदे'वर टाकली. तिरीमिरीत उठून हातात कात्री घेतली आणि धारदार पात्यानं एकामागोमाग एक दोन्ही वेण्यांचा निकाल लावून टाकला. पायापाशी पडलेल्या सोनेरी बटांकडे तिनं ढुंकूनही पाहिले नाही.

यानंतर बरेच दिवस तिची आणि कॅप्टनची भेट झाली नाही. सकाळी ती मुद्दाम उशिरा उठायची आणि संध्याकाळी बरेच लवकर झोपायची. चुकूनही कॅप्टनच्या दृष्टीस पडायला नको म्हणून. आता कुणी पायावर पाणी घालायला धावत जात नव्हतं की छातीशी कवटाळून बुटांना पॉलिशही करीत नव्हतं. त्यांच्यावर धुळीचे थरावर थर साठत राहिले.

आणि एक दिवस अशीच संध्याकाळी अगदी अचानक भेट झाली. क्लबमध्ये कॅप्टन भेटला. सवयीनं पाहून हसलाही पण नजरेत शरमिंदेपणाची कुठं साधी छटाही दिसत नव्हती. ओल्गानंही नजर वळवत 'हॅलो' म्हटलं. इतक्या कोरडेपणाचं त्याला नवल वाटलं, पण तशी नाराजी न दर्शवता नुसतेच खांदे उडवून तो पुढं चालू लागला. तिच्याकडं गेला असेल. जाऊ दे गेला तर. त्याच्या पाठमोऱ्या आकृतीकडं ती शून्य नजरेनं पाहत राहिली. आपल्याशीच पुटपुटत राहिली.

"कॅप्टन! तू म्हणाला होतास तेच बरोबर. तुमच्यासारख्यांच्या आयुष्यात चूक घडायला वेळ नाही लागत. एखादा क्षणही पुरेसा होतो. तुझ्या हातून ती एकच चूक केवळ घडली नाही, तर... तुझा पत्ताही हरवून गेला...."

■

तमास बीबिलुरी (जन्म-मृत्यू साल उपलब्ध नाही)

सुप्रसिद्ध सोव्हिएत जॉर्जियन लेखक. 'एक विनोद', 'अन् सुपातले हसतात', 'होश्शियार' या कथा विशेषत्वानं लोकप्रिय. याव्यतिरिक्त कथा, कादंबऱ्या, चित्रपट-पटकथा, नाट्यकथा अशी विशाल साहित्यसंपदा.

'स्खीवी' या जॉर्जियातील पत्रकार संघटनेचे अध्यक्ष.

''न्यायासाठी दाद मागण्याची जरुरी नसते. देव, निसर्ग हाच सर्वांत मोठा न्यायाधीश. आज ना उद्या प्रत्येकाला आपल्या कृत्याचं भलंबुरं बक्षीस मिळतच असतं,'' असा सूर बहुतेक कथांतून. करुण विषयातून त्यांची लेखणी विनोद फुलवत राहते. एकदा कथा हातात वाचण्यासाठी घेतली, की सारा संग्रह वाचून कधी संपला, हे समजतही नाही. वाटतं, 'या' पात्राला जरा अधिक न्याय मिळायला हवा होता... ही कथा इथंच संपायला नको होती. अखेर... पुढं झालं तरी काय, असं वाचकाला सतत वाटत राहतं.

''**हो**श्शियार! प्रेक्षकहो, होश्शियार! तुमचा आवडता, एकपात्री, बहुरंगी, बहुढंगी खेळ आता सुरू होत आहे,'' - असं म्हणून गमत्या कलाकारानं एका हातानं पडदा वर उचलून धरल्यासारखा अभिनय केला. टाळ्यांचा कडकडाट ऐकू यावा, असा आभासही निर्माण केला आणि थकल्याभागल्या जिवांना रिझविण्यासाठी तो पुढं आला.

त्याचं नाव तेदो. अंगावर पुराण्या चिंध्या. कुणी दयेनं कपडे फेकायचं, कुणी टोपी तर कुणी जोडे - मान तुकवून तेदो उचलायचा आणि पुन्हा चालू लागायचा.

त्याच्याकडं नुसतं पाहताच समजायचं, की हे काही खरं रूप नाही. हा तर केवळ मुखवटाच. लालसर, तांबूस रंगाचे केस डोक्यावर नकली टोप बसवावा तसे. मूळच्या नकट्या नाकावर कसलासा टण्णू उभा आणि जोडीला सतत काही आश्चर्यानं लकाकत राहणारे डोळे. विचित्रच. नाही तर काय! केवळ हालचाली न्याहाळत राहाव्यात. वाट पाहत राहावी, कधी एकदा पडदा वर जाईल आणि अशाच वेड्याबागड्या आकृती असेच हातवारे करीत समोर उभे राहून म्हणतील,

होश्शियार!!!

तमास बीबिलुरी

"होशिशयार!" मध्यभागी उभा असेल, तेदो. कधी एकदा टाळ्यांचा कडकडाट होईल आणि कधी एकदा माणसं आपल्याला डोक्यावर घेतील, याची प्रतीक्षा करत. या मर्कटलीला अशाच चालू राहायच्या आहेत - अगदी 'अखेरच्या' अंकाचा पडदा पडेपर्यंत.

अर्थात या साऱ्या आपल्या समजुती. त्या वेड्याला तर माहीतही नव्हतं की, रंगभूमी म्हणजे काय, नाटक कसं असतं आणि प्रेक्षक कुणाला म्हणायचं. त्याचा प्रत्येक एकपात्री प्रयोग हा स्वनिर्मित असायचा. शिवाय घटनाही कुठं सजविलेल्या शामियान्यात, चौकात नाहीत, तर भर रस्त्यावर बाजारात, तर कधी घरासमोर, तर कधी गर्द झाडीच्या जंगलातही घडायच्या, चंद्र-सूर्याच्या साक्षीनं आणि प्रेक्षकही मुद्दाम गोळा केलेले नसायचे, तर ज्या सुदैवी जिवांच्या नशिबात या उत्स्फूर्त लीलांचा आनंद असे, ते हटकून थांबायचेच. खदखदून हसायचे तरी किंवा सहानुभूतीदाखल मानतरी हलवीत राहायचे.

खेळाची वेळमर्यादा- अष्टौप्रहर. क्षणभर म्हणून जिवाला उसंत नसायची. हसवता हसवता बढाया मारणं, हे तर त्याचं खास आवडीचं काम.

"माझ्या बावळ्या वेषावर जाऊ नका बरं! आमचं घराणं फार मोठं. पण माझ्या आजोबांचं आणि त्या वेळच्या राजेसाहेबांचं पटायचं नाही. म्हणून आम्ही इकडं स्थायिक झालो. नंतर आजोबांना हुडकत महाराज इथवर आले, आम्हाला जहागीरही देऊ केली, पण आम्ही काही..."

शिवाय तेदो चलाखही होता. श्रोते पाहून बोलणं फिरवायचा. या साऱ्या पुराणकथांचे भक्त म्हणजे लहान मुलं-मुली. ऐकता ऐकता त्यांनी डोळे विस्फारले, आ वासला, की तेदोला कसं धन्य धन्य वाटायचं.

नशिबानं त्याला बायकोही चांगली मिळाली होती. बाबली तिचं नाव. दिवसभर घरात राबत राहायची, आणि तेदोवर संतापून त्याला शिव्यांची लाखोली वाहत राहायची- अगदी काहीही हातचं राखून न ठेवता.

"निरुद्योगी मेला! उलथत का नाही एकदाचा? चुलीत घाल ते तुझं राजघराणं. खानदानी म्हणवतोस, मग लक्षणं का रे अशी? अरे, काही मदत करू लाग घरात. पाणी भरशील, जळणाचं लाकूड आणशील की, रिकाम्या गप्पा छाटत बसशील? हिवाळा वेशीपर्यंत येऊन पोचलाय आणि घरात साठवणीचा कणदेखील नाही!"

"शांत हो, माझे आई, शांत हो! कशाला इतकं तोंड वाजवायला हवं? मी या लहान पिढीला इतिहासाचं महत्त्व पटवून देतो आहे. ते वेळेवरच नको का सांगायला? उद्या माझं काही बरं-वाईट झालं म्हणजे?"

हे ऐकल्यावर बाबलीला अधिकच चेव यायचा.

"तर, तर! त्या महाराजांना दुसरे उद्योगच नव्हते जसे काही तुझ्या आजोबांची

समजूत घालण्याशिवाय. माणसानं आपली पायरी ओळखून असावं. कशाला थापा मारतोस? तुझी ती ×××× जातकुळी. मला काय ठाऊक नाही?''

''मग सांग बघू, मी कोण, कुठला ते.''

''सांगते ना. रिकामटेकडा मुलखाचा. बिनडोक होते तुझे पूर्वज आणि तूही तसाच. माझंच नशीब फुटकं...''

बाबलीला तो कुण्या दूर मुलखातून नांदायला घेऊन आला होता.

''भांडली, भांडली तरी चिडून माहेरी जाईल, अशी चिंता नाही.'' तेदो गमतीनं म्हणायचा. पण बाबली मोठी गुणाची होती. तिनं तेदोचं मोडकळीला आलेलं घर सावरलं. भाजीपाला लावला, एक खोपटंही उभारलं. गाय विकत घेतली. कोंबड्या पाळल्या, इतकंच नाही, तर पाच मुलांची आईही बनली. केवळ तिच्यामुळेच तेदोला गावकऱ्यांत मान मिळू लागला.

बाबली फटकळ असली, तरी तेदोवर तिची फार माया होती. त्यामुळेच, त्याच्याविषयी कुणी उणीदुणी बोलणी उकरून काढू लागलं की, ती भारी अस्वस्थ व्हायची. तिला वाटायचं, हाच तेदो देखणा किंवा कर्तबगार असता, तर याच लोकांनी त्याला डोक्यावर नसता का घेतला? पण आपला नवरा हा असा. कुणीही काहीही बोलावं आणि घडीभर करमणूक करून घ्यावी. गावकऱ्यांच्या संग्रही तर त्याच्याविषयी कितीतरी दंतकथा असायच्या. त्यात सत्यापेक्षा थट्टा आणि अतिशयोक्ती अधिक आणि नेमकं हेच तिला खुपत राहायचं.

एकदा म्हणे गावात काही तणाव निर्माण झाला. बरीच दंगलही झाली. आणि पोलिसांनी पकडून नेलं, ते नेमकं तेदोलाच. तो तर बिचारा कोपऱ्यात उभा राहून केवळ बघ्याचं काम करत होता. वातावरण निवळलं, तसं तेदोच्या आठवणीनं गावकरी कासावीस होऊ लागले. अखेर त्यांनी जाऊन पोलीस चौकीवर धरणं धरलं. काहीही करा, पण तेदोला हुडकून आणा म्हणून. अखेर तीन दिवसांनी तेदो सापडला. शेजारच्याच गावात भर बाजारी लोकांना हसवून कमाई करत होता. तो परत आला अन् गावाला पुन्हा गावपण आलं.

- असा हा तेदो. पण त्याच्या आयुष्याची एक बाजू मात्र अशी होती, की त्याविषयी मात्र तो मोठ्यानं काही सांगायला संकोचायचा. त्याचा व्यवसाय. तो दफनविधीसाठी लागणाऱ्या लाकडी पेट्या तयार करायचा. पण सांगताना सांगायचा, मी 'महाल' तयार करतो, कुणीतरी 'महाल' करायला सांगितलाय, इ. इ. हा व्यवसायही त्याला चिकटला, तोही केवळ योगायोगानंच - त्याच्या विदूषकाच्या भूमिकेसारखाच.

एकदा काय झालं, एरवी हे काम करणाऱ्या माणसाला काही गैरवर्तनासाठी गावातून बाहेर घालवलं गेलं आणि एक दिवस सकाळीच एक पोलीसगडी

आटोपला. ज्यानं तेदोला हुडकून आणलं होतं तोच. आता काय करायचं? आपल्या उपकारकर्त्यासाठी कुणी चांगला 'महाल' तयार करावा, असं त्याला फार वाटलं. अखेर विषण्ण मनानं तोच पुढं झाला आणि अशी काही पेटी तयार केली, की पाहणारी माणसं विस्मयात बुडून गेली.

बाबली नवऱ्याचे इतर कोणतेही दुर्गुण सहन करायला तयार असायची, पण दररोज आपल्या घरातून या पेट्या बाहेर नेल्या जाव्यात, हे तिला सहनच नाही व्हायचं. तो वैदू असता, चांभार असता, तरी तिची काही हरकत नव्हती. तिनं कितीही कानउघाडणी केली तरी तेदो मख्खासारखा ऐकून घ्यायचा. कधी ही बडबड फारच शक्तीबाहेर गेली, तर तो आपणच तयार करून ठेवलेल्या एखाद्या पेटीजवळ जायचा आणि तिचं झाकण उघडून स्वतः आडवा व्हायचा. ते पाहताच बाबलीच्या तळपायाची आग मस्तकाला जाऊन भिडायची.

"अरे, दुसऱ्याच्या कशाला? तुला तुझ्याच पेटीत कधी एकदा सारते, असं झालंय मला. डोळ्यांतून पाण्याचं टिपूससुद्धा नाही गाळायची मी आणि चुकून तसं झालंच, तर लोकांनी दगडांनी ठेचून ठेचून मारावं मला."

शिव्याशाप ऐकून शेजारीपाजारी गोळा व्हायचे, फुकटची करमणूक बघायला. मग कुणीतरी पुढे व्हायचं आणि समजूत घालून तेदोला बाहेर काढायचं. कुणी बाबलीला दोष द्यायचे -

"आता कशाला रडतेस? लग्नाआधी तुला हे माहीत नव्हतं का? नवरामुलगा काय काम करतो, कधी विचारलं नाहीस का?"

"विचारलं ना! एकदा नाही, दहादा. पण मला सांगायचे की, सुतारकाम करतो म्हणून...!" हे ऐकताच बघ्या मंडळींत पुन्हा हशा पिकायचा आणि तेदोची टर उडवत उडवतच जमाव पांगत राहायचा.

मग मात्र तेदो फार खिन्न व्हायचा. अगदी माणूसवेडा प्राणी तो! पाहुणचाराची तर दांडगी हौस असायची; पण त्याच्या घरी चहापाणी मुष्किलीनं मिळायचं आणि केवळ करमणूक करून घेण्यासाठी जायला कुणी तयार नसायचं. कधी कुणी एखादा पाहुणा तावडीत सापडलाच, तर मात्र यजमानांच्या आनंदाला कोण उधाण यायचं ! बाबलीला हुकूम सुटत राहायचे आणि ती बिचारी निमूटपणानं कधी मुलांसाठी तर कधी सणासुदीसाठी राखून ठेवलेले पदार्थ समोर आणून ठेवत राहायची. कधी संताप अनावर झाला, तर मात्र ती सर्वांदेखत तेदोला फैलावर घ्यायची आणि तो वाट पाहत राहायचा, तिची कुरापत कधी काढता येईल त्याची. एकदा तर त्यानं नामीच शक्कल लढवली.

सकाळी सकाळीच अगदी वाईट चेहरा करून बाहेर पडला. पहिल्याच माणसानं हटकलं -

"का रे? काय झालं?"

"काय सांगू? दुःखाचा डोंगर कोसळलाय माझ्यावर" - एवढं बोलेपर्यंत हुंदकेही सुरू झाले होते.

"अरे पण, काय झालं, ते तरी सांगशील की नाही?"

"काय सांगायचं आणखी? मी विधुर झालो. 'ती' आटोपली, आजच."

"आँ? ते कशानं? अरे कालच तर...?"

"हो. काल होती. पण आज... आमच्या दारातलं ते अक्रोडाचं झाड. माहीत आहे ना ?"

"हो. पण बाबली...?"

"सांगतो. सकाळी ते झाड हलवून पोतंभर अक्रोड गोळा केले आम्ही. आणि बाबली किती खादाड! बसल्याजागी एकटीनं पोतं फस्त केलं... आणि केले की डोळे पांढरे...!"

"हात मेल्या! आता रे कुठले अक्रोड या मोसमात? नवीन वर्ष लागायचं उद्या. काहीतरी विनोद करतोस झालं," असं म्हणून विचारणारा पुढं चालू लागायचा.

नव्या वर्षाच्या सणाला तेदो बाबलीनं तयार करून दिलेली लाकडी खेळण्यांची वाणं वाटत घरोघर जात राहायचा, तर 'चिआ कोकोनोबा' या गावकऱ्यांच्या आवडत्या सणाच्या दिवशी स्त्रीवेषात शेकोटीभोवती फेर धरून गाणी म्हणायचा, तर ईस्टरच्या सणाला सर्वांच्या स्वागतासाठी चर्चच्या प्रवेशद्वाराजवळ नेमानं उपस्थित राहायचा. नुसता नाही, चक्क गाढवाच्या पाठीवर बसून. गावातील पोरंच काय, मोठी माणसंही गाढवाला डिवचत मागं मागं धावत राहायची. एकदा गाढव बिथरलं की ते उधळून तेदोला खाली ढकलून द्यायचं. मग तो तसाच पडून राहायचा. मेल्याचं सोंग करून. काही वेळानं कुणी पाणी पुढं करायचं, तर कुणी त्याच्या 'आवडीचं पेय' पुढं करायचं. शुद्धीवर यायला तेवढा वास पुरे व्हायचा. कुणी धावत पुढे जाऊन गाढवाला पळवत माघारी आणायचे आणि पुन्हा गाढवाच्या पाठीवर तेदोची मिरवणूक रमतगमत घरी परतायची.

गावात इतका रमून जाणारा हा बहुरूपी शहरात जायला मात्र फारसा राजी नसायचा. त्याला तिथं अवघडून गेल्यासारखं वाटायचं. काही वर्षांपूर्वी मद्यानं भरलेला एक घडा विकण्यासाठी त्याला कुणी शहरगावी बाजारात पाठवलं. बाजाराला सुरुवात झाली. इतक्यात कुठून आवडत्या पेटीचे सूर ऐकू येऊ लागले. तेदो तसाच उठला. शेजारच्याच माणसाला आपल्या मालाकडे लक्ष द्यायला सांगून त्या सुरांच्या मागं धावत गेला. काही वेळानं परतला, तर काय? तो घडाही जागेवर नव्हता आणि तो 'शेजारी'ही. खिन्न मनानं, लोकांच्या वागण्याचं आश्चर्य करत तेदो गावी परतला होता.

हयातभर आपण, आपलं कुटुंब यांच्यापेक्षा त्यानं इतरांचाच विचार अधिक केला. आपलं कसं होईल, एक दिवस आपल्यालाही या जगाचा निरोप घ्यावा लागणार... आज जी माणसं आपल्या खेळाला दाद देतात, त्यांचं उद्या आपल्यावाचून काही अडणार नाही... सूर्य-चंद्रही असेच येत-जात राहतील, कोंबडा आरवत राहील... आणि हीच माणसं आपण नसलो, तरीही अशीच हसत राहतील... असे विचारही त्याच्या आसपास कधी फिरकायचे नाहीत.

गावात लोहारांच्या वस्तीत त्याची बरीच मित्रमंडळी होती. तेदो मन रमवायला खूपदा तिथं जायचा. गप्पा, जेवण यांत त्याचा वेळ बघता बघता निघून जायचा. पण एक सकाळ अशी उगवली, की तेदो आलाच नाही. दुपार टळून गेली, तसा हजर झाला. चेहरा पडलेला, खांदे वाकलेले आणि डोळे अगदी निष्प्राण झालेले - असा. आला तसाच निमूटपणे शेकोटीपाशी जाऊन बसला. मंडळी गालातल्या गालात हसू लागली. एवढ्यात, उसळत्या ज्वालांकडे पाहत, थंड सुरात तेदो बोलला -

"फार वाईट झालं. माझी बाबली... मला सोडून गेली."

झालं. एवढं निमित्त मिळताच पुन्हा हशा पिकला. कुणी म्हणालं,

"पुरे तुझे विनोद. आज काय, पुन्हा अक्रोड खाऊ घालतोस की काय?"

- पण तेदोची मान तशीच झुकलेली राहिली.

क्षणात शांतता पसरली.

काही वेळाने तो स्वतःच बोलू लागला -

"आज सकाळी जळणासाठी लाकूड फोडत होती. भिंतीवरची कुऱ्हाड काढायला गेली, तसा घाव थेट डोक्यावरच बसला आणि जागच्या जागीच कोसळली. सकाळी बाहेर पडलो, तर वाटेतच मला कुणी येऊन सांगितलं. घरी गेलो तर ती 'तशी' पडलेली... बघवत नाही मला तिच्याकडं..."

शांततेनं शोकाचं रूप धारण केलं.

काही वेळानं मित्र उठले आणि हाताला धरून त्यांनी तेदोला घरी पोचवलं.

सारा गाव हळहळला. बाबलीच्या अंत्यसंस्कारासाठी आसपासच्या गावांतूनही माणसं गोळा झाली. तेदोचा कशातच सहभाग नव्हता. गावकऱ्यांनीच पुढं होऊन यथासांग सारं पार पाडलं. मुलंही आली होती. पण केवळ उपचारादाखल. बघे पांगले, तशीच तीही.

शोकाचा भर ओसरत राहिला. एक दिवस तेदो भल्या पहाटे उठला. साऱ्या शेजाऱ्यांना आश्चर्य वाटलं. घरामागील द्राक्षाच्या बागेत ठेवलेल्या दोन फळ्या त्यानं घेतल्या. हातोडे, करवत, खिळे उचलले अन् कामाला बसला. दिवसभर जागचा हलला नाही. संध्याकाळी कुणी शेजारी त्याच्या घरात डोकावले. पाहतात तर काय!

दारात कोरी करकरीत दफनपेटी ठेवलेली. तेदोनं आपला 'महाल' उचलला आणि एका खोलीत ठेवून तिथं कुलूप ठोकलं.

आता तेदो माणसांना भेटायचं टाळू लागला. सदोदित आपल्याच तंद्रीत. लोकांनाही त्याचा थोडाफार विसर पडत चालला.

एक दिवस संध्याकाळी तेदो गावातील मुख्य कचेरीत जायला निघाला. ओळखीची माणसं, मित्रमंडळी त्याला हाक मारत थांबवण्याचा प्रयत्न करू लागली, पण त्याची पावलं थांबली नाहीत. कचेरीत त्याला पाहून साऱ्यांना आश्चर्य वाटलं.

"तेदो? तुझं इथं काय काम रे?"

"मी... मला काम हवंय. रात्रपाळीच्या पहारेकऱ्याचं..."

"तुला? आणि मग पेट्या कोण तयार करील?"

"कृपा करून मला..."

कुणीच दखल घेतली नाही. तेदो माघारी फिरला.

यानंतर रोजच्या रोज तेदो कचेरीत खेटे घालत राहिला. पण त्याची वर्णी काही लागली नाही. कुणाला वाटलं, त्याला चळ भरला आहे, तर कुणाला वाटलं, आता लोकांना हसवायला त्यानं ही काही नवी टूम काढली असावी.

एक-दोन दिवसांनी बाजारात जाऊन त्यांनी जुनी घोडी खरेदी केली आणि तिच्यावर स्वार होऊन कुठं तरी निघूनही गेला. त्यानंतर बरेच दिवस तेदो कुणाच्या नजरेस पडला नाही.

आणि एक दिवस अचानक संध्याकाळच्या अंधुक प्रकाशात घोडीवर बसून कुणी स्वार गावाच्या दिशेनं येताना दिसला. त्याला थांबवण्यासाठी कुणी हाक मारली -

"ए ! रखवालदार !"

"रखवालदार! थांब ना रे!" हाकांचा जोर वाढत राहिला. पण स्वार मात्र जगाचं पूर्ण भान विसरून पुढं पुढं जात राहिला. जोडीला अखंड संभाषण चालू होतं. स्वतःशीच. एखाद्या एकपात्री प्रयोगात शोभावंसं.

"बाबली! माझी बाबली ! कशी आहेस तू?"

"तू कसा आहेस रे?"

"आहे असाच."

"इतकी घाई कशाला केलीस तेदो?"

"आता कुठं वेळ राहिला बाबली? उन्हं तर कधीच उतरून नाही का गेली? मी येऊ का तुझ्याबरोबर?"

"चल ना. पण तू आपली द्राक्षाची बाग खणलीस का?"

"इतक्यातच? जरा पाऊस तरी पडू देत; मग खणेन मी."

"चल बरं लवकर. असा मागं मागं राहू नकोस."

"पण तू मला कुठं घेऊन चाललीस?"

"अरे, आपल्या बागेत नाही का जायचं?"

सकाळ झाली. खूप दिवसांनी अखेर तेदोला साऱ्यांनी पाहिलं. आपल्याच घरापाशी. द्राक्षाच्या बागेत उताणा पडला होता. डोळे सताड उघडे. जवळपासच घोडीही घुटमळत होती.

अशा अवस्थेत पडलेल्या माणसाजवळ जाऊन पाहायचं धाडस कुणालाच होईना. हाका मारत राहिले. बहुतेकांना वाटलं, नेहमीप्रमाणे हीही काही मस्करीच असावी. थोड्या वेळानं एक जण पुढे झाला. मागोमाग इतरही. त्याला उठवायचे प्रयत्न सुरू झाले.

"तेदो! ए तेदो! ऐकतोस तेदो!"

"म्हण ना, 'होश्शियार'!"

"असा का पडून राहिलास रे?"

"या वयात अशी मस्करी शोभते वाटतं?"

"कुणी हलवा रे त्याला! आणि बसवा पाहू उठवून."

"तेदो! हास ना रे एकदा."

"किती माणसं जमलीत, पाहिलंस? होऊ दे आता तुझ्या खेळाला सुरुवात..."

"तेदो!"

"तेदो!"

- पण आज तेदो उठायचा नव्हता.

खेळ संपला होता.

इतकी वर्षं दुसऱ्यांना अविरत हसवत राहणारा तेदो. आपलं दुःख कधीही ओठावर न येऊ देणारा तेदो. पाहुण्याला परमेश्वर मानणारा तेदो. सणासुदीला वाणं वाटत फिरणारा तेदो! आणि बाबलीचा उनाड आणि निरुद्योगी नवरा - हा तेदोच.

'होश्शियार!' म्हणत खेळाची सुरुवात करणाऱ्या या बहुरूपी कलाकाराला वेळीच तिसऱ्या अंकाच्या समाप्तीची चाहूल लागली अन् तो असा स्वतःहूनच पडद्याआड निघून गेला. काळाच्या पडद्याआड. इतक्या सहजतेनं आणि 'होशियारी'नं, की ते ठाऊक होतं केवळ तेदोलाच!

आणि त्यानं स्वतःसाठी तयार करून ठेवलेल्या 'महाला'लाही.

■

सेरगेइ अन्तोतव (१९१५-१९९५)

सोव्हिएत कालखंडात नावारूपाला आलेले लोकप्रिय रशियन कथालेखक. आजचं खेडेगाव आणि तेथील साधी माणसं हा आवडता विषय. विषयाच्या पार्श्वभूमीसाठीही आणि व्यक्तिरेखांच्या निवडीसाठीही. 'एकदा पेनकोव गावी काय झालं !' (१९५६), 'फाटून गेलेला रुबल'(१९६६), 'प्रथमपुरुषी निवेदन. लेखक, पुस्तके आणि शब्द यांविषयी कथा'(१९७३), '१९३० सालच्या पिढीच्या नाट्यमय जीवनाविषयी कथा. - वासका'(१९८७), 'मेट्रो स्टेशन्स बांधणाऱ्या कामगारांविषयी'(१९८८) इ.

माणसामाणसातील नाती, वडीलधाऱ्यांविषयी आदर, दोन्ही पिढ्यांकडून कर्तव्यपूर्तीची अपेक्षा आणि आवश्यकता, 'कुटुंब' ही 'जागा' नसून कदर आणि काळजी करावी, अशी 'संस्था' आहे, या विचाराची वारंवार पुनरावृत्ती, हे आणि असे त्यांचे महत्त्वाचे कथाविषय.

आजोबांचं घर होतं आडवाटेला. माळरानाच्या कुशीत. आसपास थोडीफार वस्तीही होती. आजोबा नाणावलेले शेतकरी होते. झाडांची, फळांची नस त्यांना उत्तमरीत्या पारखता यायची. एक दिवस वाऱ्यासारखी वार्ता पसरली, की बांधाचं पाणी त्यांच्या राहत्या भागाच्या दिशेनं पुढं पुढं सरकतंय आणि लवकरच सर्वांना जागा सोडून उंच टेकडीच्या दिशेनं वस्ती हलवावी लागेल म्हणून. आजोबांनीही हे ऐकलं; पण फारसं मनावर नाही घेतलं. त्यांना वाटलं हे काही इतक्या लवकर नाही घडायचं. कदाचित... त्याआधीच आपण या जगाचा निरोप घेऊ.

पुनर्वसन समितीचे अधिकारी रोज त्या भागाचा फेरफटका करू लागले. बगिचे, शेतजमिनी यांचं मोजमाप सुरू झालं. किमतीही ठरवल्या जाऊ लागल्या. आजोबा काही जागचे हलले नाहीत. या अधिकाऱ्यांच्या मागोमाग इगोर- त्या भागातील गुराखीही चालत राहायचा. कुणाला किती किमती देऊ करतात, केवळ या कुतूहलापोटी. "तू तुझ्या कामावर जा ना! इथं कशाला लुडबूड करतोस?" आजोबांनी एकदा त्याला रिकामटेकडेपणा करताना हटकलं.

लय विलया गेली...

सेरगेइ अन्तोतव

''तुमच्या घरात तर बसायला साधी खुर्चीदेखील नाही. एवढ्या हयातीत तुम्हाला...''

''चालता हो इथून. खुर्च्यांची रांग मांडायला माझं घर म्हणजे काय सिनेमाचं थिएटर वाटलं की काय तुला?'' आजोबांचा हा रागीट अवतार पाहून इगोर त्वरित सटकला.

आजोबा एकटेच राहायचे. त्यांना दोन मुलगे होते. असेच कुणी कुठे पांगलेले. घर छोटेखानी होतं. एका कोपऱ्यात एक जुनं टेबल- त्यावर एक थाळी आणि कपबशी ठेवलेली. दुसऱ्या कोपऱ्यात जुना लोखंडी पलंग आणि तशीच वार्ध्यक्यानं गंजलेली लोखंडी पेटी.. भिंतीवर काही फोटो, काही चित्रं चिकटवलेली. त्यामुळंच खोलीला थोडा फार जिवंतपणा यायचा.

संध्याकाळपर्यंत मोजणी पूर्ण झाली. आजोबांना सगळे मिळून जवळजवळ वीस एक हजार रुबल्स मिळायचे होते. वीस तर वीस. त्याही बाबतीत त्यांनी फारसा विचार नाही केला.

पण ही किंमत ऐकताच इगोर मात्र तडकला. ''त्यांना वीस हजार... आणि मला मात्र फक्त सोळा? कोणत्या हिशेबानं, कोणत्या मोजमापानं हे मी विचारू शकतो?'' त्याचा हा आरडाओरड बराच वेळ ऐकू येत राहिला.

काही वेळानं त्यांची शेजारीण नतालिया धावत धावत आली. जसं, जेव्हा जमेल तसं येऊन ती आजोबांच्या घराची साफसफाई, त्यांचं जेवण एवढं कामं करून जात असे आणि आजोबा आपल्या अनुभवी नजरेनं तिच्या द्राक्षाच्या बागांची काळजी घेत असत.

दुसऱ्या दिवशी सकाळी नेहमीप्रमाणं आजोबांनी आपल्या बगिच्यातून फेरफटका केला. सकाळची ती पिवळीधमक सूर्यकिरणे, घरातून निघणारे चुलीच्या धुराचे ते लोट, द्राक्षांनी लहडलेल्या बागा आणि स्वच्छ पाण्यानं तुडुंब भरलेल्या विहिरी हे सगळं इतकं सवयीचं आणि हवंहवंसं वाटत होतं, की क्षणभर विश्वासही बसेना, की इतकी छान बैठक विस्कटून कुठं नवीन जागी बस्तान बसवण्यासाठी जावं लागेल म्हणून.

नव्या जागेविषयी, नव्यानं उभ्या राहणाऱ्या प्रश्नांविषयी नित्यनेमानं खलबतं होऊ लागली. कधी नतालिया विनवणी करीत धावत येई -

''आजोबा, नवीन जागेतही आपण जवळजवळ घरं बांधू...''

''ते मग पाहू. एक जागा बदलून दुसरीकडं राहायला जायचं म्हणजे का एवढं सोपं आहे? हा बाक इथून उचलून तिथं ठेवण्याइतकं?''

''चला ना. तुमच्या घराविषयी बोलणी आणि तुम्ही जायला नको का?''

''तुम्ही जा पुढं. माझी वाट नका पाहू.''

"का?"

"मी येईन एकटाच. पाहू नंतर..."

"नंतर कधी? सगळ्या चांगल्या जागा लोकांनी निवडल्या."

"ठीक. निवडू देत."

"तुमच्या अशा या आडमुठेपणामुळे चांगली जागा नाही मिळायची."

यावर आजोबांनी अशा काही संतप्त नजरेनं तिच्याकडं पाहिलं की नतालियानं लगेचच काढता पाय घेतला.

झालं. त्या क्षणापासून शेजारधर्म संपुष्टात आला. एकमेकांकडे जाणंच काय, पण विचारपूस करणंही बंद झालं. आजोबा आपलं काम आपणच करू लागले. नतालिया नव्या जागेत जायला निघाली, तसा सर्व शेजाऱ्यांचा निरोप घेतला. आजोबांनी काहीच प्रतिक्रिया दाखवली नाही. शांतपणानं जुन्या घराची डागडुजी करीत राहिले. फाटकापाशी माती खणून त्याची दुरुस्ती केली. इतकंच नाही तर बैठकीसाठी तिथं नव्यानं बाकही तयार केला.

"आता काय म्हणावं या हट्टीपणाला?" माणसं विस्मयानं बोलत राहायची.

आजोबांनी आपल्या सवयीही बदलल्या. रोज संध्याकाळी नव्या घराकडून वर्दळ सुरू होई. ते सचैल स्नान करून, ठेवणीतील कपडे घालून फाटकापाशी बाकावर येऊन बसत. जणू कुणाच्या वाटेकडे डोळे लावून बसले आहेत.

एक दिवस एक अधिकारी आजोबांच्या भेटीला आले. काही समजूत घालता आली तर पाहावी म्हणून.

"आजोबा, तुमचं नाव कोणत्या यादीत घालायचं? की तुमचा विचारच नाही आमचे शेजारी व्हायचा?"

उत्तरादाखल मोठ्या शिताफीनं विषयाला बगल देत आजोबांनी म्हटलं,

"टपालाची काय व्यवस्था केलीय तुम्ही नव्या जागी? आणि शाळेचं काय ठरवलंत? पत्रांचं पाहा बुवा. नाही तर नाव, जागा, सारं काही अनिश्चित असताना बटवड्याचा मात्र गोंधळ उडून जायचा."

अधिकाऱ्यानं संयमानं साऱ्या प्रश्नांची उत्तरं दिली आणि त्यांचा निरोप घेतला.

अखेर आजोबा एकटेच मागं उरले. गावकऱ्यांनी ठरवलं, शेवटचा प्रयत्न म्हणून नतालियालाच पाठवायचं त्यांचं मन वळवायला.

"आजोबा, तुम्हाला देण्याचे पैसेही तयार आहेत."

"पैशाची इथं कुणाला घाई आहे?"

"सर्व मुदती उलटून गेल्या."

"ते व्हायचंच होतं."

"तुम्ही आता कधी निघता ते बोला."

''कसा येऊ मी तुम्हीच सांगा. इथं द्राक्षं भराला आलीत. त्यांना हवं तेव्हा हवं तितकं पाणी मी पाजू शकतो. तुमच्या इथं काय आहे? नुसतं रखरखीत वाळवंट आहे. तुमच्या त्या विहिरी... अगदी तळाशी बादली तिरकी करावी, तेव्हा कुठं चार थेंब पाणी आत शिरणार... तुम्हाला वाटतं? मला स्वतःला या जागेचा, बागेचा लोभ आहे? हे सारं मी जपतो आहे ते माझ्या मुलांसाठी. उद्या ती आली तर मी काय सांगू शकेन त्यांना?''

''तुमची मुलं? पण त्यांची तर लग्नही झाली असतील ना?''

''असतीलही. कुणास ठाऊक!'' असं म्हणून आजोबा उठले आणि पाठमोरे होऊन उभे राहिले. खिडकीबाहेर नजर लावून.

''तुम्ही त्यांना पत्र का नाही लिहीत?''

''लिहिली हो. खूप लिहिली.'' कसाबसा संयम राखत आजोबा बोलले.

''मग? काय म्हणतात?''

''काय म्हणणार? कुणीच काही लिहिलं नाही मला.''

''छान! म्हणजे ही काय मुलं म्हणायची?''

''हे पाहा, माझ्या मुलांना नावं ठेवायची काही गरज नाही. त्यांना काय हा एवढा एकच उद्योग आहे पत्र लिहिण्याचा? आणि तुम्ही पडला सारी कामाची माणसं. कुणाची घरं हलवा, कुणाच्या बागा... असंच की नाही ?''

''मी पाया पडते तुमच्या. चला लवकर. पाणी तर अगदी जवळ येऊन ठेपलंय.''

''येऊ देत. मला बुडवण्याइतकं असलं तर उत्तमच. पण मी इथंच राहणार. तुम्ही चला आता.''

''आजोबा, पण...''

''निघा म्हणतो ना?''

नतालिया निघून जाताच आजोबांनी आपली जुनी पेटी उघडली आणि त्यातील एकेक वस्तू बाहेर काढून पुन्हा आत ठेवू लागले. एवढ्यात त्यांच्या हाताला हे जुनं पुराणं तंतुवाद्य लागलं. बलालायका. आपल्या धाकट्या मुलाच्या, निकोलायच्या १० व्या वाढदिवसासाठी आणलेलं. आजोबांचा सुरकुतलेला थरथरता हात तारांवर पडताच त्यातून वेडेवाकडे सूर उमटू लागले. जुन्या आठवणी जाग्या होताच पित्याचं मन अस्वस्थ झालं, झोपही उडून गेली.

दुसऱ्या दिवशी सकाळीच इगोर दाखल झाला. आजोबांनी त्याला पाहता क्षणीच हटकलं -

''माझं मन वळवण्यासाठी आला असलास तर ताबडतोब चालू लाग. आधीच सांगतो.''

"कशाला मी तुमचं मन वळवू? मीच चाललो आता हे गाव सोडून. इथं आता पाणीच पाणी होणार, गुरं राखायची, चरायला न्यायची, तर मुबलक चारा हवा ना? जाईन जवळच्या रेल्वेच्या थांब्यावर. माझा मित्र आहे तिथं. हवं तर तुम्हीही पैसे घ्या तुमच्या जागेचे आणि चला. तुमच्यासाठीही शब्द टाकीन."

"छे! छे! हे कसं काय शक्य आहे?"

"तुम्ही लवकर ठरवा काय ते. नव्या बांधावर तर चांगल्या जागा कधीच बळकावल्या लोकांनी. तुम्हाला देतील कुठला तरी कोपरा. सगळ्यांनी नाकारलेला. शिवाय तुम्ही इथून निघायला हवं."

"ते का?"

"तुम्ही आपलं हसं करून घेतलंत तर लोकांत."

"मी? ते का म्हणून?"

"गावकरी बोलतात, झाडांची मशागत कशी करावी हे चांगलं समजतं म्हाताऱ्याला, पण आपल्या मुलांच्या डोक्यात थोडीफार अक्कल नाही पिकवता आली त्याला."

"असं कोण म्हणतं?"

"कोण म्हणत नाही ते विचारा."

हे ऐकताच आजोबा फार अस्वस्थ झाले. सारी रात्र तळमळत राहिले. तांबडं फुटण्यापूर्वीच अंगणात आले. सगळीकडं कसा शुकशुकाट होता. लाडक्या द्राक्षाच्या वेली दाटीवाटीनं उभ्या होत्या. जुनाट, पिवळी झालेली पानं अजूनही कुठं कुठं झुडपात अडकून राहिलेली दिसत होती. मरगळलेल्या मनाला जागं करीत स्वतःलाच बजावत आजोबा म्हणाले,

"चला, आपणही निघायला हवं आता."

त्यांच्या या निर्णयाची बातमी वाऱ्यासारखी पसरली. सर्वांनी आपापल्या परीनं खूप प्रयत्न केला त्यांची समजूत घालण्याचा; पण आजोबांचा हट्ट कायम राहिला. एका जाणकार शेतकऱ्याला आपण मुकणार, या विचारानं सारा गाव हळहळत राहिला.

रेल्वे रुळाच्या फाट्यावर त्यांना लगेच कामही मिळालं. लाल-हिरवे झेंडे दाखवण्याचं. जुन्या घरातील आपल्या मुलांचे फोटो, चित्रं इथंही त्यांनी भिंतीला चिकटवली. कामाच्या बाबतीत ते चोख होते. हळूहळू साऱ्या इंजिन ड्रायव्हर्सचे चेहरे लक्षात ठेवू लागले. कधी गाडीला उशीर झाला, काही वावगं घडलं तर आजोबा लगेच कर्मचारी वर्गाला दम भरायचे. रेल्वे खात्यानं त्यांचं वय आणि कामातील जागरुकता पाहून त्यांचा गौरवही केला. बरोबर एक वृद्ध, एकाकी सहकारीही राहायचा. बोलता बोलता मुलांचा विषय निघायचा. आजोबाच बोलते व्हायचे खूपदा. आताची पिढी पूर्वीसारखी नाही राहिली. मुलं तेरा-चौदा वर्षांची

होतात तसे लगेच स्वावलंबी व्हायचे वेधही लागतात. पैशाबरोबर अन्नाचीही सोय होते आणि कपड्यालत्त्याचीही. मग कशाला होईल आठवण आई-बापाची?''

"असं काही म्हणू नका. मला तर तीन मुली. तिघींचीही लग्नं झालेली; पण कधी मला विसरतील म्हणता? पत्र तर लिहितातच, पण इकडे येणारा भेटला, तर आठवणीनं काही ना काही पाठवतच असतात.''

"हे झालं मुलींचं. तेही लहान गावात. पण शहरात जाणारी मुलं पाहा. आहे का कुणाला काही आठवण?''

"म्हणजे त्यांना दुसऱ्यांच्या ऋणाची जाण नाही, असंच म्हणायला हवं. दुसरं काय?'' सहकारी हळहळत म्हणायचा.

जसा हिवाळा सरत आला तशी पुन्हा नतालियाची आर्जवं करणारी पत्र येऊ लागली.

"आता इथं खूप पाणी आलं आहे. भरपूर सूर्यप्रकाश, पाणीही हवं तेवढं. सारं काही छान आहे. इगोरही पुन्हा इकडंच आला. तुम्हीही या... कधी येता? लवकर कळवा...''

ही सारी पत्रं ते आपल्या सहकाऱ्याला वाचून दाखवायचे आणि पुन्हा त्यांची घडी घालून पेटीत ठेवून द्यायचे. हळूहळू नव्या जागी मन रमू लागलं. जुन्या घराच्या आठवणी त्रास देईनाशा झाल्या.

पण... एक दिवस मात्र...

रेल्वे फाट्याजवळ भरधाव धावत, धूळ उडवत एक गाडी येऊन उभी राहिली. सगळीकडे एकच गलका सुरू झाला.

"साहेब आले... साहेब आले...''

आजोबाही आपल्या खोलीबाहेर आले. पाहतात तर काय! बरेचसे रेल्वे अधिकारी आणि सोबत शुभ्र गणवेषातील त्यांचे काही सहकारीही.

"हे असलं जुनाट खुरपं कशाला दिलं म्हातारबुवांना? यापेक्षा चांगलं नाही का कुणाकडं मिळालं?''

साहेबांचा आवाज कानावर पडताच त्यांनी बसल्या जागीच मागं वळून पाहिलं. तसं साहेबही दचकून दोन पावलं मागे सरले.

आजोबांना निरखून पाहत त्यांनी विचारलं,

"बाबा? तुम्ही? तुम्ही इथं कसे काय?''

"तू तू? तू तर... निकोलाय तर नव्हेस माझा?''

"होय बाबा. मीच तो तुमचा मुलगा,'' असं म्हणत तो वडिलांशी काही बोलणार इतक्यात आजोबांच्या हातां-पायांतील अवसान गळून गेलं आणि बसल्या जागीच ते रडू लागले. अगदी आपल्या दहा वर्षांच्या निकोलायसारखे रडू लागले.

हमसून हमसून. कसेबसे त्या हुंदक्यातून शब्द उमटले.''

''कुठं होतास रे?... आपलं घर... बाग काही काही उरलं नाही आता...''

''असू दे, असू दे. चला उठा. आपण माझ्या गाडीत जाऊन बसू आणि बोलू,'' - निकोलाय वडिलांची समजूत घालत म्हणाला.

आजोबांचा हट्टी स्वभाव पुन्हा जागा झाला.

''नाही नाही. तू आधी वडिलांच्या घरी यायला हवंस. चल माझ्या घरी.''

आपल्या खोलीत बसण्यासाठी मुलाला स्टूल पुढं केलं. पण त्यावरचे रॉकेलचे डाग पाहून मुलानं आपल्या हातातील वर्तमानपत्र त्यावर अंथरलं आणि मगच तो बसला. नजर मोडक्यातोडक्या वस्तूंवरून फिरत राहिली. वडील मुलाला न्याहाळत राहिले. परीटघडीच्या वेशातील या साहेबात कुठं आपला लहानगा निकोलाय दिसतो का, ते पाहत राहिले. पण तो सापडला मात्र नाहीच.

''आश्चर्य आहे'' निकोलाय भानावर येत म्हणाला, ''तुम्ही प्रत्यक्ष माझ्याच हद्दीत काम करता आणि मला ते माहीत नसावं?''

''एक सांगू तुला? तू मला मान खाली घालायला लावलीस. अरे, प्रत्यक्ष पित्याला तू विसरावंस ? त्याच्या प्रिय भूमीलाही? असा कोण मोठा होऊन गेलास? कमीत कमी माझ्या पत्रांची तरी पोच द्यायचीस? तेवढं तरी कठीण नव्हतं ना?''

''कसली पत्रं? कधी लिहिली होती तुम्ही?''

''झाले एक सहा महिने. तुझ्या कॉलेजच्या पत्त्यावरच लिहिली होती.''

''असं काय करता? माझं कॉलेजचं शिक्षण तीन वर्षांपूर्वीच नाही का संपलं?''

''आता ते मला कसं समजणार?''

''न समजायला काय झालं? माझा मोठा भाऊ तरी लिहीत असेलच ना?''

''अस्सं? काय निष्काळजी आहे मुलगा!''

''जाऊ दे रे. तुम्हाला वेळ होत नसेल... पण माझा राग पत्रांसाठी नाही.'' खालचा ओठ दुमडून धरत आजोबा म्हणाले,

तुम्हा दोघांमुळं मी घर गमावलं. इथून तिथं उचलून ठेवायला ती काय सामानाची पिशवी आहे? मी एकटा कसा काय सगळं पेलत राहू? बाकीच्या घरांत पाहावं, तर सारी मिळून निर्णय घेताना दिसतात आणि मला मात्र तुम्ही दोघांनी एकटं केलंत... कमीत कमी म्हातारपण तरी दृष्टीआड नका करू रे...''

''बाबा, तुम्हाला पैसे हवेत? तसं सांगा.''

''नकोत मला तुझे पैसे. मी तुझ्यापेक्षा श्रीमंत आहे. समजलास? पण अशी ही सरकारी खोलीत राहण्याची वेळ का यावी?''

''असू दे. जे झालं ते झालं. तुम्ही आता चला. माझ्याकडं जाऊ.''

''तुझ्याकडं? ते कशाला? ज्याला आपल्या पित्याची आठवण नाही, जन्मभूमीचं

ऋण जो मानत नाही...''

''मला तुमच्या बोलण्याचा काहीच अर्थ कळेनासा झालाय. पत्रासाठी राग नाही म्हणता. माझे पैसे- तेही नको म्हणता. माझ्याकडे राहायला चला म्हटलं, तेही तुम्हाला नाही पटत.''

''नाही कळायचं तुला बापाचं हृदय. तुला रोजच्या रोज भरलेल्या बाटल्या लागत असतील ना? त्या कोण तयार करतं? आम्ही. तुझे गावकरी. त्यांची काही आठवण ठेवलीस का? तूच विचार कर आणि सांग, हे चांगलं की नाही, पटावं की न पटावं?''

एवढ्यात बाजूनं एक आगगाडी जाताना दिसू लागली. प्रवाशांच्या जागी त्यांना प्रत्येक माणसामध्ये आपला छोटा निकोलाय दिसू लागला. वाटलं, इतक्या वर्षांनी भेटला मुलगा. कशाला आपण त्याला दुखावलं ? काही तरी आपण त्याच्या हातावर ठेवायला हवं अशा विचारानं त्यांनी आपली पेटी उघडली आणि त्यातून ते तंतुवाद्य बाहेर काढलं. निकोलाय भिंतीवरील आपलेच फोटो पाहत हरवून गेला होता. त्याचं लक्ष वेधत ते म्हणाले,

''हे पहा, तुझं आवडतं तंतुवाद्य. आठवतं तुला?''

''व्वा! आठवतं तर! तुम्हीच नव्हतं का मला घेऊन दिलं १० व्या वाढदिवसाला ?''

''मग घे तर आणि दे माझ्या नातवाला खेळायला... आणि बाहेर हा गलका कसला रे?''

''माझे सहकारी बोलावताहेत. निघायला हवं आता. नातवासाठी खेळणं देता... कमीत कमी कधी तरी बघायला तरी या त्याला. हे घ्या माझं कार्ड... आणि हे वाद्य राहू दे तुमच्याजवळ. नेईन मी पुन्हा केव्हा तरी. आता सर्वांसमोर मला उगीच अवघडल्यासारखं होईल.''

''असं म्हणतोस? बरं, बरं. ये तू आता. पण काय रे, त्या मोठ्याचा कुठं ठावठिकाणा? की त्यालाही मी चुकीच्या पत्त्यावरच लिहीत राहिलो रे?''

''मला तरी कुठं माहीत आहे? त्याचं मला पत्र येऊन दोन वर्षं होऊन गेली. बरं, आता मी निघू?''

''तुझी इच्छा.''

मुलगा लगबगीनं गाडीकडं धावला. पाठोपाठ आजोबांचा सहकारी आत शिरला.

''पाहिलंत, आता आला होता ना तो मुलगा माझा.'' खाली पाहत आजोबा पुटपुटले. हात नकळत तंतुवाद्यावरून फिरत होते. वाटलं यालाही सांगावं, आपली बोलणी काय झाली, मुलगा केवढा मोठा साहेब होऊन आला होता; पण दुसऱ्याच क्षणी वाटलं, कोण कुठला साहेब? आणि आपला त्याचा संबंधच काय? कुणी तरी अचानक डोकावून जातो काय, आपल्या लहानग्या निकोलायची ओळखही देत

नाही, इतकंच नाही तर त्या लाडक्या खेळण्याचा अपमानही करून जातो?''

''तुला काय वाटलं? तो आपला निकोलाय नव्हताच ना?'' हाताची बोटे वाद्यावरून फिरवत आजोबा बोलले. कुठले तरी सूर उमटले. पण आज ते आठवणी आळवणारे मात्र नव्हते. आज ती सुरावट त्या वृद्ध पित्याची समजूत घालू पाहत होती की आयुष्याची लय... ही अशीच असणार. तिची वाटही वेडीवाकडी. कुठं तरी सम साधून जाते खरी, पण कुठं तरी अशी विसकटूनही जाते... साऱ्या आशांना विलयाला नेते. आपल्या मुलांसारखीच. पण काय करायचं?

चालायचंच...

■

अलेक्सांद्र सोल्झेनित्सिन

'माणसाची नैतिक मूल्यं जपणं व परिस्थितीची प्रतिकूलता कितीही प्रखर झाली, तरी आपल्या तत्त्वांशी प्रतारणा न करणं,'- ही सोल्त्झेनित्सिन यांची महत्त्वाची शिकवण.

'इवान जिनिसविचूच्या आयुष्यातील एक दिवस' (१९६२) या साहित्यकृतीसाठी साहित्याचे नोबेल पारितोषिक प्राप्त.

'कॅन्सर पेशंटचा वॉर्ड' (१९६८), 'अर्खिपेलाग गुलाग' (१९७३) या व इतर जगप्रसिद्ध साहित्यकृती.

बंडखोर लेखक. स्तालिनच्या राजवटीत नशिबी देशातून हद्दपारी. १९९४ मध्ये सरकारच्या निमंत्रणानंतर सन्मानानं मायदेशी परत. सध्या रशियात वास्तव्य.

अॅना लगबगीनं चालली होती. तिला कुठलं तर महत्त्वाचं प्रमाणपत्र हवं होतं. पण नेमकं त्या ऑफिसमध्ये शिरायला आणि तिथं जेवणाची सुट्टी सुरू व्हायला एकच गाठ पडली. अॅना थोडी वैतागली. पण वाट पाहणं भागच होतं. कमीत कमी पंधरा-वीस मिनिटं तरी. शिवाय हे काम संपवून ती वेळेत स्वतःच्या ऑफिसमध्येही पोचू शकत होती.

जिन्यावर बसून वाट पाहणं नको वाटत होतं. ती तशीच बाहेर पडली आणि रस्त्यावर आली. ऑक्टोबर महिना सरत आला होता. हवा ओलसर, थंडगार वाटत होती. पण थंडीनं फारसा जम बसविलेला नव्हता. पावसानं सकाळपासूनच 'रिपरिप'चा ठेका धरला होता. आता कुठं मध्यान्हीला थोडी उघडीप जाणवत होती. रस्त्यावरून पादचाऱ्यांना सफाईनं मागं टाकत वाहनं भराभर पुढं जात होती. जाता जाता त्यांच्या अंगावर चिखलाचं मनसोक्त नक्षीकाम करीत. नजरेनं कोरडी जागा हुडकत अॅना त्या दिशेनं झपाझप पुढं पावलं टाकू लागली.

रस्ता जवळजवळ रिकामाच होता आणि एकाकीही. झाडांची पानं पावसाच्या

म्हणे अरेरे!!!

अलेक्सांद्र सोल्झेनित्सिन

वर्षावानं ओली होऊन बुंध्यापाशी दाटीवाटीनं गोळा झाली होती. जवळ जाताच त्यांचा मंदसा, ओला दर्प नाकात शिरत होता. वाऱ्याची धावपळ जाणवेनाशी झाली. जिकडं पाहावं, तिकडं काळ्या-तपकिरी फांद्यांची जाळी. ॲना जागीच खिळून राहिली. निसर्गाचे ते लोभस रंग अन् आकार पाहत. त्या फांद्या, डहाळ्या आणि अर्धोन्मीलित कळ्या साऱ्याच पावसाच्या माऱ्यानं झुकून कशा म्लान झाल्या होत्या. सूर्यानं कुठं दडी मारली होती, कुणास ठाऊक! दिवसानं काळोखी पडदा अंगावर लपेटून घेतला होता. त्यामुळं पावसाचे शुभ्र रूपेरी थेंब त्यावर आकाशदिव्याप्रमाणे चमचमत होते. सर्द झालेल्या फांद्या एकमेकींच्या आधारानं दाटीवाटीनं उभ्या होत्या.

छत्रीची घडी घालून ॲनानं ती एका हातात घेतली. दुसऱ्या हातानं बॅग सावरून धरत ती हातातील गरम मोजे काढू लागली. हाताच्या बोटांवर पडून ओघळणारे ते थेंब इतके पारदर्शी होते! त्यातून हाताची रेखा न रेखा बोलकी होऊन उठत होती. एक एक रेष वाचत जावं आणि मनाचं समाधान करून घ्यावं. भान विसरून कधी नखांवर तर कधी बोटांच्या पेरांवर थेंब झेलत ती पुढं जाऊ लागली. इतक्यात मागून कुणाच्या पावलांची चाहूल लागताच ती दचकली. वाटलं, आपलं वागणं अगदी बालिश आणि वेडेपणाचं आहे!

मागून येणाऱ्या माणसाचं तिच्याकडे लक्ष गेलंच नसावं. त्याला निसर्गाची ही नवल-नर्तनं ओळखीची नसावीत. मुलखाचा रुक्ष माणूस! दुसरं काय? अशा माणसांची नजर वेध घेत असते, ती एखाद्या सिगारेटच्या दुकानाची किंवा एखाद्या रिकाम्या टॅक्सीची. ठराविक शिक्क्याची, छापील शिक्षण घेतलेली माणसं. हातात एखादी वापरून जुनी झालेली कळकट पिवळी बॅग... सारं कसं अगदी साचेबंद अन् ठरीव चाकोरीचं. अर्धवट ऊब देणारा हलकासा कोट आणि डोईवरही तशीच अर्धवट चुरगळलेली टोपी. एखाद्या राजधानीच्या शहरात अशी माणसं भेटायची. अल्पवयातच अतिआत्मविश्वासाचा कैफ चेहऱ्यावर दाखवणारी अन् सतत बेफिकीर वृत्ती बाळगणारी. तिला ही असली माणसं ठाऊक होती आणि म्हणूनच अशा माणसांपासून ती चार हात लांबच राहायची.

दबकत, दबकत ॲना अशीच पुढं चालत राहिली. चालता चालता वर्तमानपत्र लावून ठेवलेले मोफत वाचनस्तंभ दिसू लागले. पुढच्याच बाजूला काचेखाली 'श्रम' या नावाचं वर्तमानपत्र दोन्ही बाजूंनी वाचता येईल असं लावून ठेवलेलं दिसलं. एका बाजूनं काच फुटलेली होती, त्यामुळं पेपरचा काही भाग किंचित दुमडला गेलेला होता. तिथंच खालच्या बाजूला एका बातमीच्या मथळ्यानं तिचं लक्ष वेधून घेतलं-

' 'चू' नदीकाठच्या दऱ्याखोऱ्यांत नवजीवनाची चाहूल.'

ही नदी तिच्या चांगल्या परिचयाची होती. तिथंच जवळपासच्या प्रदेशात तिचं

जन्मगावही होतं. हातातील मोज्यानं काचेवर साठलेलं पाणी पुसत ती मजकूर वाचू लागली.

कुण्या वार्ताहरानं तिथं दिलेल्या भेटीबाबत अगदी मोकळेपणानं, हातचं काही राखून न ठेवता लिहिलेलं होतं. अगदी मॉस्कोचा विमानतळ, ढगाळ हवामानानं दिलेला दगा, आपले सहप्रवासी, इतकंच नाही तर लक्षवेधक हवाईसुंदरींविषयीही. सरतेशेवटी पोचण्याचं ठिकाण - फ्रून्झे येथील विमानतळ. सोनेरी सूर्यकिरणांच्या वर्षावात न्हाऊन निघत असलेला. आणि मग मनसोक्त, स्वच्छंद भटकंती. हा प्रदेश म्हणजे एके काळचं वैराण वाळवंट. पण कुण्या कुशल तंत्रज्ञानाच्या कसबी हातांनी इथं स्वर्गीय सौंदर्याचा आनंद देणारे बगीचे फुलवले. योग्य आखणी करून बांधलेले कालवे, योजनापूर्वक हाताळलेला पाणीपुरवठा, भरपूर पाणी पिऊन तरारलेले हिरवेगार मळे... सारं सारं काही त्यानं आपल्या लेखणीनं टिपलं होतं. इथल्या उत्पन्नाचे आकडे ऐकून त्याची नजर आश्चर्यानं उंचावली गेली, ती तशीच... आणि शेवटी त्यानं लिहिलं होतं-

"पण फार थोड्या लोकांना माहीत आहे, की हे भव्य आणि शक्तिशाली निर्माण, निसर्गाचं हे विलोभनीय परिवर्तन- हे सारं फार पूर्वी योजलेलं होतं. आजच्या तंत्रज्ञांना या खोऱ्याची पाहणी, आखणी, बांधणी पुन्हा नव्यानं नाही करावी लागली. प्रामुख्यानं त्याची पायाभरणी आणि संपूर्ण घडण आजपासून जवळजवळ चाळीस वर्षांपूर्वी (१९१२) केली गेली होती आणि या अद्‌भुत कारागिरीचा शिल्पकार होता- बुद्धिवान आणि कल्पक रशियन भूगर्भ शास्त्रज्ञ आणि तंत्रज्ञ- मोदेस्त अलेक्सांद्रेविच. त्या वेळेस स्वतःच्या जिवाला असलेला जबर धोका पत्करूनही..."

ॲना मोदेस्तवना. तिच्या वडिलांविषयीच हे लिहिलेलं होतं. पण हे वाचून ती दचकली नाही, किंवा हर्षभरीतही झाली नाही. सर्वांगात एक बारीकशी थरथर जाणवू लागली. आजारी पडण्यापूर्वी हुडहुडी भरावी, तशीच. कोपऱ्यातील परिच्छेद अधिक बारकाईनं वाचता यावेत, म्हणून ती तशीच आणखी खाली वाकली. पुन्हा एकदा हातानं काच पुसून घेतली आणि पुढे वाचू लागली.

"पण त्यावेळच्या करड्या अमलाखाली त्यांच्या कल्पकतेचं काही चीज नाही होऊ शकलं, कारण लोकांपर्यंत हे कसब पोचू शकलं नाही. या योजनेचे कागदपुरावे भू-विकास खात्याकडं पाठवले गेले आणि नंतर तिथेच... पण ज्यानं या देखण्या भविष्याचा पाया घातला, त्याची मात्र काळानंही पुरेशी दखल नाही घेतली."

"अरेरे! किती खेदाची गोष्ट आहे ही! इतक्या नव्या दमाचा हा शिल्पकार स्वतःच्या अपूर्व मोलाच्या दूरदर्शी कल्पना सत्यात साकार झालेल्या मात्र नाही पाहू शकला. आपलं हे स्वप्न, त्याचं प्रत्यक्षातील हे रूप पाहणं मात्र त्याच्या नशिबी नसावं ना? अरेरे!"

ॲना आता मात्र स्वतःशीच दचकली. कारण तिला माहीत होतं, यानंतर आपण काय करणार! टर्रकन् पेपरचं पान फाडून घेणार आणि झालंही तसंच. चोरट्या नजरेनं तिनं इकडचा तिकडचा कानोसा घेतला... आसपास कुणी दिसत तर नव्हतं. अगदी दूरवर कुणी उभं असल्यासारखं वाटलं, पण तेही पाठमोरं. ती एका कोपऱ्यात उभी राहिली, आणि किंचित वाकून वर्तमानपत्राचं टोक हातात धरून ते आपल्या दिशेने खेचू लागली. जरा जोर करताच ते पूर्ण पान खिळ्यासकट हातात आलं. प्रत्येक खिळा हलवत बसण्याइतका वेळच कुठे होता?

एवढ्यात मागे दणकट अणकुचीदार टाचांचा आवाज झाला. पोलिस...? हो. पोलिसच उभा होता तो.

ॲना भीतीनं पांढरीफटक बनली (तिला अशी भीती वाटणं, घाम फुटणं हे नवं नव्हतं... शिवाय पोलिसाच्या शिटीचा तर तिनं विशेषच धसका घेतलेला होता.) एक रिकामा हात मुद्दाम पुढं नाचवत तिनं वळून पाहिलं. निसटून जायचंच, तर उशीर झाला होता. शिवाय, आता ते बरंही दिसलं नसतं. काही पावलांवरूनच तो पोलिस तिच्या दिशेनं चालत येत होता. ही छुपी पाऊलवाट आधी तिच्या लक्षात कशी नाही आली ?

धीमी, धीमी पावलं टाकत 'ते संकट' पुढं येत राहिलं. जवळ येताच एकदा ॲनाचं संपूर्ण निरीक्षण केलं. मग त्याची नजर वळली, ती चुरगळून मागे पडलेल्या वर्तमानपत्राकडे... आणि मग पुन्हा एकदा ॲनाकडे... नंतर मात्र आपली 'ती' करडी नजर रोखून एखाद्या शिकाऱ्यानं आपल्या लक्ष्याकडं पाहावं, तसं पाहत, तो पाय रोखून उभा ठाकला. ही असामी किती अजस्त्र होती, याची कल्पना त्याचा तो मोठा लालबुंद चेहरा आणि दणकट हात, यांकडे पाहूनच येत होती. एखाद्याला शस्त्राशिवाय केवळ एका कटाक्षानं चितपट करणं, किंवा आगीच्या तडाख्यात सापडलेल्या माणसाला बाहेर काढणं, म्हणजे त्याच्या लेखी अगदीच क्षुल्लक काम होतं.

मुद्रा अतोनात निर्विकार आणि आवाज शक्य तितका थंड ठेवत त्यानं प्रश्न केला-

"काय बाईसाहेब, काय विचार आहे? भलामोठा दंड तर भरायचा नाही ना?"

(फक्त दंडच असला, म्हणजे बरं. नाहीतर आणखी कोणतं अगम्य संकट याच्या रूपानं उभं ठाकलंय- ॲनाच्या मनात भीतियुक्त विचार डोकावला.

"...का तुम्हाला वाटतं की लोकांनी वर्तमानपत्र वाचूच नये?"

(हेच ! हेच ते... हेच ते !)

"हो हो ! नाही हं... म्हणजे तसं नाही..." ॲनाची पुरती गाळण उडाली. धीर पार खचून जाऊन काहीबाही बोलत ती सारवासारव करीत राहिली...

"रागावू नका हं... मला फार, म्हणजे फारच शरमिंदं वाटतंय. आता लगेचच

परत लावून ठेवते हं... तुम्ही परत जागी लावून द्याल ना मला... अं? लावू ना? लावतेच हं... पण माफ करा हं...''

पण नाहीच. जरी त्या 'कर्दनकाळानं' ते पान पुन्हा जागी लावून ठेवा म्हटलं असतं, तरी एका चिमटीत आणि (उरलेल्या) एकाच कोपऱ्याचं टोक धरून ते पुन्हा मूळ जागी लावणं शक्यच नव्हतं.

पोलिस तिच्याकडं पाहत राहिला. फक्त पाहतच राहिला. अगदी 'त्याच' मख्ख चेहऱ्यानं.

आज सकाळपासून तो कामावर होता. खूप वेळ पावसातही उभा राहिला होता. शिवाय, आज दिवसभरात कुणीच वाममार्गी न भेटल्यामुळे बाईसाहेबांना चौकीवर घेऊन जाण्याची ही नामी संधी आयतीच चालून आली होती. गुन्हा नोंदवून घेईपर्यंत पाऊसही थांबला असता. शिवाय, अंगावरचे कपडेही वाळले असते. पण त्याला खुलासा करून घ्यायचा होता. स्वतःसाठीच. बाई चांगल्या घरातील दिसत होत्या. पोषाखही नीटनेटका. शिवाय, नशापाणीही केलेलं दिसत नव्हतं. फारशा वयस्क तर नव्हत्याच नव्हत्या.

ॲना शून्य नजरेनं त्याला न्याहाळत राहिली. शिक्षेची सुनावणी काय होते, त्याची वाट पाहत.

''का हो, तुम्हाला हे वर्तमानपत्र आवडलं नाही की काय? त्याच्यावर का म्हणून राग काढलात?''

''तसं नाही हो. पण इथं... यात किनै... माझ्या वडिलांबद्दल लिहिलंय.''

ॲनाच्या आवाजात शक्य तितकी अजिजी होती. दयेची याचनाही. एव्हाना छत्रीचा दांडा तिनं छातीशी गच्च आवळून धरला होता. बॅग हनुवटीपाशी येऊन पोचली होती आणि पाठोपाठ, हाताच्या चाळ्यानं मोजाही.... ते पान पुन्हा जागच्या जागी लावून ठेवत असताना काचेनं बोट कापलं जाऊन तिथून रक्त येऊ लागलं होतं, हे तिच्या लक्षातही नव्हतं आलं.

आता पोलिसाच्या लक्षात खरा प्रकार आला. हाताची बोटं नाचवत पारंपरिक बेफिकिरीनं तो म्हणाला,

''फार वाईट लिहिलंय का? जाऊ दे हो ! लिहिलं तर लिहिलं. अहो, एका वर्तमानपत्रानं असं काही लिहिलं, म्हणून कुठं बिघडलं?''

''नाही हो... म्हणजे ना... म्हणजे तसं नाही हो... उलट किनै कित्ती कित्ती स्तुतीच केलीय त्यांची....''

(आत्ता तिच्या लक्षात आलं, हा पोलिसप्राणी 'वाटतो' तसा दुष्ट काही दिसत नाही...)

एवढ्यात तिला जाणवलं, बोटातून रक्ताची धार वाहू लागली होती. तिनं

नकळत दुखरं बोट चोखायला सुरुवात केली. नजर अजूनही 'त्या'च्यावरच. कानही 'त्या'च दिशेनं रोखलेले.

"अस्सं होय ? मग वर्तमानपत्र काय विकत घेता येत नाही वाटतं ?"

"नाही म्हणजे त्याचं काय झालं सांगू ? तुम्ही जरा तारीख बघानं त्यावरची." एवढं बोलून तिनं स्टँडवरील वर्तमानपत्राच्या तारखेकडे त्याचं लक्ष वेधून घेतलं.

"पाहिलंत ? तीन दिवस वर्तमानपत्र तसंच आहे. कुणी बदललं नाही वाटतं... आणि आता या तारखेचं मिळणं किती कठीण आहे... आणि शोधायचं तरी कुठं ?"

त्यानं एकदा त्या छापील तारखेकडं पाहिलं. मग एकदा ॲनाकडं... मग पुन्हा 'एकदा' या तारखेकडं आणि मग दीर्घ उसासा टाकत तो म्हणाला,

"हं ऽ... काही इलाज नाही दुसरा. गुन्हा नोंदवून घ्यायलाच हवा. दंड भरणंही ओघानं आलंच. चला..."

"अं ? ऊंऽऽ ?"

"चला, पळा. कुणी अजून पाहिलं नाही, तोपर्यंत सटका. शेवटचंच म्हणून सोडून देतो. समजलं ? घ्या ते पान आणि धूम ठोका इथून. लवकर...."

"अय्या ! किती मज्जा ! तुम्ही किनै कित्ती दयाळू आहात ! थँक्यू हं ! थँ.... क्यू !

एवढ्यात वीस-एक वेळा कमरेत वाकून झालं होतं. झुकून सलामीही दिली गेली होती. दुखऱ्या बोटावर रुमाल ठेवायला हवा होता... ते मात्र विसरून गेली होती. बोट पुनश्च तोंडात. खाली पडलेला तो वर्तमानपत्राचा कागद एका चिमटीत पकडून उचलला. त्याची घडी करून पर्समध्ये ठेवली अन् पुन्हा एकदा अदबीनं झुकून सवयीनं सलाम ठोकला आणि म्हणाली,

"खरंच, तुमचे फार उपकार झाले हं. तुम्ही कल्पनासुद्धा करू नाही शकणार, या बातमीचा आई-बाबांना किती आनंद होईल म्हणून ! मग... मी जाऊ ना ? ऊं... ? जाऊ ना आता ?"

'त्या' निर्विकार चेहऱ्यावर ओठांची किंचित हालचाल झाल्याचा भास झाला. त्यानं मान डोलावल्यासारखी केली. ॲना त्वरेनं निघाली. ज्या कामासाठी ती या भागात आली होती, ते तसंच राहून गेलं. नव्हे ती ते काम विसरूनही गेली. चालता चालता पुनःपुन्हा ती वर्तमानपत्राची घडी चाचपून पाहत राहिली.

आता जायचं आईकडेच. लगेच. अगदी धावत, पळत जायचं आणि दोघींनी मिळून पुन्हा वाचायची ही मज्जा. एकदा, दोनदा... अनेकदा. बाबांचं राहण्याचं नक्की ठिकाण कुठं ते सांगतील, तेव्हा आई स्वतःच घेऊन जाईल हे वर्तमानपत्र त्यांच्याकडं.

म्हणे अरेरे ! बातमीदाराला काहीच ठाऊक नव्हतं. नाहीतर असं विधान केलं

नसतं त्यानं. संपादकांनाही खरी परिस्थिती माहीत नसावी. नाहीतर त्यांनी तरी हे असत्य कसं छापू दिलं असतं? तो उमदा, तरुण रक्ताचा तंत्रज्ञ अकाली मरण नाही पावला, तर तो जगला, तगून राहिला. उज्ज्वल भविष्याविषयीच्या आपल्या कल्पना साकार झाल्याचा सोहळा त्यांनी पाहिला. अगदी याचि देही, याचि डोळा. कारण त्यांची फाशीची शिक्षा रद्द केली गेली होती. आयुष्याची तब्बल वीस वर्षं त्यांनी अशी तुरुंगाच्या आणि 'छावणी'च्या हालअपेष्टांत घालवली आणि आता कायम हद्दपारीचा हुकूम येणार, एवढ्यात त्यांनी अर्ज केला. प्रत्यक्ष x x x लाच, की त्यांना या 'चू' नदीच्या खोऱ्यात पाठवलं जावं म्हणून. पण तिथं त्यांना पाठवलं नाही, ते नाहीच.

काय x x x कायदे असतात पहा! माझे वडील. वार्धक्यानं एवढे थकलेले. पण ते कुठल्याच नियमात बसत नाहीत म्हणे! कारण त्यांचा आज कुणाला काय उपयोग आहे? त्यांच्या पात्रतेचं काम त्यांना नाही देता येत. तसं कामच नाही म्हणे! आणि निवृत्तिवेतन? त्यालाही ते पात्र नाहीत. ते तर कामाची वर्षं पुरी झाल्यावर द्यायचं असतं ना? आणि माझ्या वडिलांनी काही कामच कुठं केलं? अं? आता बोला !!!

काय म्हणणार? अरेरेच.

दुसरं काय?.... अरेरे !

■